முறைப்பெண்

முறைப்பெண்

சி.சு. செல்லப்பா

முறைப்பெண்

Muraipenn © Subramanian

First Edition: June 1974
Ezutthu Prachuram: September 2020
(An imprint of Zero Degree Publishing)
ISBN: 978 93 88860 96 3
Title No. EP: 134

Zero Degree Publishing
No. 55(7), R Block, 6th Avenue,
Anna Nagar,
Chennai - 600 040

Website : www.zerodegreepublishing.com
E Mail : zerodegreepublishing@gmail.com
Phone : 98400 65000

Cover Design : Aditya R.
Layout: Creative Studio

முறைப்பெண்

கதாபாத்திரங்கள்

தோன்றும் கிரமம்	உறவு	வயது
அங்கம்மாள்	....	45
அழகு	அங்கம்மா மகள்	18
பகுடித்தேவர்	அங்கம்மா அண்ணன்	52
வெள்ளையத்தேவர்	அங்கம்மா மாமன்	70
மொக்கையன்	அங்கம்மா பண்ணையாள்	26
பாலுத்தேவர்	முகாமை பஞ்சாயத்துக்காரர்	55
வீரப்பன்	பாலுத்தேவர் மகன்	25
மாசாணம்	பகுடித்தேவர் மகன்	25
முத்துமாயன்	காவல்காரன்	42
மாயாண்டி	நீராணிக்கன்	45
சொக்கையா தேவர்	பஞ்சாயத்தார் - 1	54
ஒச்சாத்தேவர்	பஞ்சாயத்தார் - 2	56
நாகையன்	ஒச்சாத்தேவர் மகன்	25
சப்பாணி	பாலுத்தேவர் பண்ணையாள்	25

(மற்றும் சில கிராமத்தார்கள்)

களம்

ஒரு கிராமத்து இரவில் மூன்று வீடுகளிலும் மறு நாள் காலை கிராமச் சாவடி முன்னாலும்

காட்சி - 1

அங்கம்மா வீட்டு கூடத்தில் இரவு எட்டு மணி சுமாருக்கு.

காட்சி - 2

பாலுத்தேவர் வீட்டு கூடத்தில் பத்தரை மணி சுமாருக்கு..

காட்சி - 3

பகுடித்தேவர் வீட்டு கூடத்தில் பதினோரரை மணி சுமாருக்கு,

காட்சி - 4

அங்கம்மா வீட்டு கூடத்தில் நள்ளிரவுக்குப் பிறகு

காட்சி - 5

மறுகாலை ஒன்பது மணிக்கு கிராமச் சாவடி முன்னால்

[நாடக நேரம் : சுமார் இரண்டரை மணி]

ஆசிரியர் குறிப்பு

இது ஒரு வேகம் மிகுந்த வலுவான நாடகம். தயாரிப்பிலும் நடிப்பிலும் அதிக உழைப்பையும் பாசாங்கின்மையும் தேவைப்படும். ஆரம்பம் முதலே ஒரு விறைப்பு. கடைசி வரையிலும். நாடகத்தின் வலுவே சம்பாஷணையில்தான். இது குடும்ப நாடகம். நிஜ மனிதர்கள் சம்பந்தப்பட்டது. சம்பாஷணையிலோ நடிப்பிலோ மிகைப்படுத்தல் கூடாது கதாபாத்திரங்கள் கேலிச் சித்திரங்களாகவோ கோமாளித்தன மானதாகவோ ஆக விடக்கூடாது.

சம்பாஷணை கொச்சை, கிராமீயக் கொச்சை. அதிலும் முறட்டு சுபாவம் தூக்கி நிற்கும் ஒரு சமூகத்தாருடைய எண்ணம், உணர்ச்சிகளின் வெளியீடாக இருப்பது. எனவே பேச்சுப் பாங்கிலும் (accent) பிரதேச மொழி தோரணையிலும் (dialect) கவனம் செலுத்தப்படவேண்டும்.

நாடகம் முழுவதும் உயர்த்தின தோரணையாக (high key) முடுக்கானதாக இருப்பதால் சம்பாஷணை வேகமாக இருந்தால் தான் கதை விறுவிறுப்பு ஏறிப்போகும்; பார்ப்போர் கவனம் தளராது இருக்க உதவும்.

நாடகத்தின் விசேஷ அம்சம் இது. பார்ப்பவர்களுக்கு சில தகவல்கள் முன்பே தெரிந்து விடும். கதாபாத்திரங்களுக்குத் தெரியாது. தகவல் ஒரு பாத்திரம் மூலம் இன்னொரு பாத்திரத்துக்கு, இப்படித் தொடர்ந்து தெரியவரும். ஆக, நடந்த சபைக்கு தெரிய வந்த விஷயம் ஒவ்வொரு பாத்திரத்துக்கும் முதலில் தெரிய வருகிறபோது அவர்களுக்கு என்ன பாதிப்பு ஏற்படுகிறது (impact) எவ்வித எதிர்த்தாக்கம் (reaction) கொள்கிறார்கள் என்பதே கவனிக்கத்தக்கது. அந்த கவனத்தை

ஈர்க்கச் செய்யும்படியாக தயாரிப்பும் நடிப்பும் இருக்க வேண்டும்.

இதில் வில்லன் முத்திரை பாத்திரம் கிடையாது. அவ்வளவு பேரும் நடை, உடை, பழக்க வழக்கம், சுபாவம் இவற்றில் முலாம் பூசின பளபளப்புத் தன்மை இல்லாதவர்கள் பச்சையான (raw) கிராமப்புறப்பாங்கான (rustic) மெருகு ஏறாத (rugged) சுபாவம், நடத்தை பேச்சுக்கு உரியவர்கள். ஆனாலும் சகலவித நுண் உணர்ச்சிகளும், அறிவுப் பாங்கும் கொண்டவர்கள். எனவே உணர்ச்சி வெளியிடுதல் கதா பாத்திரங்கள் சுபாவத்துக்கு ஏற்ப நடிப்பில் இருக்கவேண்டும். விரோதிகள் போல நடந்து கொள்ளக்கூடாது. ரத்த சம்பந்தம், பொது உறவு உள்ளவர்களிடையே ஆத்திரப் பேச்சு, செயல் என்ற அளவுக்குத்தான் தகராறு. அண்ணன் பகுடிக்கும் தங்கை அங்கம்மாளுக்கும் இடையே முறைமை, வளமை சம்பந்தமாக கவுரவப் பிரச்னை. இது நினைவில் கொள்ளப்பட வேண்டும்.

பொதுவாக கதை கொஞ்சம் வேகமாகவே பேசி நடத்திச் செல்லப்பட வேண்டும்.

சி.சு. செல்லப்பா

காட்சி 1

(கிராமத்து காரைக் கட்டிட வீட்டுக் கூடம். இரவு எட்டு மணி சமயம். கூடத்து பின் சுவரில் வலப்பக்கமாக ஒரு கதவு நடைக்கு. ஒடுக்கமான நீண்ட நடை. நடை முடியவும் வாசல் திண்ணைக்கு இட்டுச் செல்லும் கதவு. இடது பக்கம் பின்சுவரில் கதவு இல்லாத ஒரு சின்ன அலமாரி. அதுக்கு கீழே பனை நார் கட்டில், அதன் மேலே தலையணையோடு இரண்டு பாய்கள் சுருட்டி வைக்கப்பட்டிருக்கிறது.

இடது பக்க சுவரையொட்டி ஒரு நீள பெஞ்சு, சில சாக்கு மூட்டைகள் அடுக்கிவைக்கப்பட்டு பெஞ்சிக்கு அடியில் சில தட்டுமுட்டு சாமான்கள். வலது பக்கம் சமயலறைக்குப் போகும் கதவு.

பின் சுவரில் ஒரு சுவரொட்டி விளக்கு படர்ந்து எரிந்துகொண்டிருக்கிறது. சமயலறையிலிருந்து அழகு, பதினெட்டு வயதுப் பெண் கையை துடைத்துக் கொண்டு வருகிறாள். (சுவரொட்டி விளக்கு படர்ந்து எரிவதை பார்த்து)

அழகு: *(கத்தி)* அம்மா! அம்மா! சுவரொட்டி படர்ந்து எரியுது. அணைஞ்சிடும் போலே இருக்கு.

அங்கம்மாள்: *(உள்ளே இருந்து குரல்)* திரியை சின்னதாக்கித் தொலை. சுவரெல்லாம் கரியாகிறப் போகுது!

(அழகு சிறிதாக்கப்போகிறாள். தொடவும் அணைந்து விடுகிறது).

அழகு: *அம்மா ! அணைஞ்சே போச்சு ! அரிக்கேன் லைட்டை கொண்டுட்டு வாம்மா சீக்கிரம்!*

அங்க: *(அதட்டிய குரலில்)* கொஞ்சம் இரேன் இருட்டிலேதான். புலியா வந்து உன்னை தூக்கிட்டுப் போயிரப் போகுது. புளக்கடைக் கதவுத் தாப்பா சரியாப் போட்டிருக்கான்னு பாத்துட்டு வாரேன். இருட்டிலே தட்டிக்கிறாதே.

அழகு: *(இருட்டில்)* இந்த அம்மாவுக்கு எப்பவும் சந்தேகம் தான். தானே போட்டுப்போட்டு தனக்கே சந்தேகம். (கொஞ்சம் நிசப்தம். அரிக்கேன் லைட்டை பெரி தாக்கிக்கொண்டு, அங்கம்மாள் சமயலறைப் பக்கம் இருந்து பேசிக்கொண்டே வருகிறாள். நாற்பத்தைந்து வயது இருக்கும். வெள்ளைப் புடவை ரவிக்கையணிந்து இருக்கிறாள். விதவை*)*

அங்க: *(வந்துகொண்டே)* ஆமாம். இண்ணைக்கு ஏன் இப்படி நோக்காடு வந்திரிச்சு, எண்ணைக்கும் இல்லாமே*?*

அழகு: நான் வந்தபோது, அம்மா ! என்னமா எரிஞ்சிக்கிட்டி ருந்துச்சு தெரியுமா! வக்கப் படைப்பு எரிகிற மாதிரி. மறுக்கா ஏத்தட்டுமா விளக்கை*?*

அங்க: வேணாம், இதையே இண்ணைக்கு வச்சுக்கிடுவோம். படுக்கையைப் போடல்லே*?*

அழகு: நீதான் இருட்டிலே தட்டிக்கிடாதேன்னியே. *(சொல்லிக் கொண்டே போய் எடுத்து படுக்கை போடுகிறாள்)* ஏம்மா, புலியா வந்து தூக்கிட்டுப் போயிரும்னு கேட்டியே. நீ காவலுக்கு இருக்கிற இடத்திலே எந்தப் புலிம்மா தைர்யமா நுழையும்*?*

அங்க: ஹூம்! *(உறுமி மகளை பார்க்கவும்)*

அழகு: *(சிரித்து)* நான் புலின்னு சொல்லவும் உறுமிட்டியேம்மா. நான் தப்பாவா சொல்லிட்டேன்*?*

அங்க: *(ஓங்கிய குரலில்)* ஏண்டி, ஹூஹூம்! மருதைக்கு போய் அத்தை வூட்லே இருந்து நாலு கிளாசு அந்தப் பாவாடைக்கார பொம்பளைங்க பள்ளிக்கூடத்திலே

படிச்சு ரெண்டு வார்த்தை இங்கிலிபீசு கத்துக்கிட்டு இருக்கே இல்லே, அதை எங்கிட்டவே காட்டறியா? ஆமடி, நான் புலிதாண்டி, புலியேதான். புலிக்குப் புலியாத்தான்டி இருக்கணும். இல்லாட்டி நானும் காரைவீட்டுக்காரியா வாள முடியாது. நீயும் பாலுத் தேவர் மருமவளா ஆகமுடியாது. ஆமா தெரிஞ்சிக்க. எகத்தாளமா பண்றே என்னை ! பொறுத்துக்க. மூணே வாரம். தாலி உன் களுத்துலே ஏறிரும். பஞ்சாயத் துக்காரரு மகன் கிட்டே இப்படி பேசினியானா வா யிலேயே போடுவான், ஆமாம் (பேசிக்கொண்டே படுக்கிறாள்)

(அழகு சிரித்துக்கொண்டு லைட்டை மூலையில் வைத்து விட்டு வந்து படுக்கையில் உட்கார்ந்து)

அழகு: (அம்மாவை தொட்டு செல்லமாக) அம்மாப் புலி பக்கத்துலே இருக்கிறவரைக்கும் எனக்கு என்னம்மா பயம். எங்கம்மா.

அங்க: எல்லாம் உங்க அம்மாதான். தள்ளிப் படுத்துக்க. (திரும்பிப் படுக்கிறாள்)

(சில விநாடிகள் நிசப்தம். பிறகு கதவு தடதடவென தட்டப்படும் சப்தம்)

அழகு: (படுக்கையில் எழுந்து உட்கார்ந்து) அம்மா, அம்மா!

அங்க: (எழுந்து உட்கார்ந்து) யாரது இப்படி கதவை தட்டறது!

(மறுபடி கதவு பலமாக தட்டப்படும் சப்தம்)

அழகு: (பரபரப்புடன்) மாமனாத்தாம்மா இருக்கணும். அவரு ஒருத்தர் தானே இப்படி தட்டுவாரு.

அங்க: அவனாத்தான் இருக்கும். (கவலைக் குரலில்) இந்நேரத்துக்கு அவன் இங்கே ஏன் வாரான் இந்த வீட்டுப் படியை ரெண்டு மாசமா மிதிக்காதவன்!

(மறுபடியும் கதவு பலமாக தட்டப்பட)

பகுடி: (குரல்) நான்தான், அங்கி! கதவைத் திற.

அழகு: (அவசர, நடுக்க குரலில்) மாமனெ காக்கவக்காதேம்மா (தாயை தொட்டு விரட்டி) போம்மா சீக்கிரம் ! அதுக்கு வேறே மாமன்...

அங்க: ஆமா, (எழுந்துகொண்டே) எரிகிற கொள்ளியிலே எண்ணெயை ஊத்தின மாதிரி ஆயிரும். (இரண்டு எட்டு போனவள் திரும்பி) அழகு, புலியைப் பத்தி கேலி பேசினியே. புலியே வந்திருச்சு பாரு. (கதவுப் பக்கம் திரும்பி) இதோ வரேன் (பலக்க சொல்லிக் கொண்டு போகிறாள்).

(அழகு அந்தப் பக்கம் கலவரத்துடன் பார்த்துக் கொண்டு இருக்கிறாள். தள்ளி பேச்சுக்குரல்)

அங்க: (பயந்த, பவ்ய, தயக்க குரலில்) வா, அண்ணே வா, உள்ளே வா.

(இருவரும் வருகிறார்கள்)

பகுடித் தேவர் எடுப்பான உயரம். கிருதா மீசை, ஊடே லேசு நரை. கையில் விருது. தலையில் முண்டாசு, கையில் பூண் பிடித்த கருங்காலித் தடி. பழயகால கிராமப்புற குடுத்துணி.

அங்க: (கூடத்துக்கு வரவும்) அழகு, அந்த இஸ்டூலை எடுத்துப் போடு மாமனுக்கு. (அழகு பரபரப்புடன் எடுத்துப் போட்டு வாங்க மாமா' என்கிறாள்) உட்காரு. அண்ணே. (அவன் நிற்பதைக் கண்டு) உட்காரேன்.

(பகுடி உட்கார்ந்து தடியை தொப்பென கீழே நழுவ விடுகிறான்).

அங்க: (அவன் பேசாமல் இருப்பதைப் பார்த்து) ஏது, இந்த நேரத்திலே வந்தே...(இழுத்து) காவலுக்கு, போயிட்டு இருக்கியா ?

பகுடித்தேவர் : (அவர்களை பார்க்காமல், கனைத்துக்கொண்டு)

அங்கி, நீ நினைச்சதை சாதிச்சுப்போட்டே இல்லே. (அதட்டலாக கேட்க) (அங்கம்மாள் கலவரத்துடன்

மவுனமாக நிற்க) உறவை விட பணம் உனக்கு பெரிசாப் போயிருச்சு!

அங்க: (பரபரப்புடன் மறித்து) அண்ணே!

பகுடி: (ஆத்திரமாக) மாசாணம், நீ சோறு ஊட்டி வளர்த்த பய. உன் கண்ணுக்கு திருப்திப் படலல்லே, இல்லே? (எழுந்து கைகளை பின்னால் கட்டிக்கொண்டு நடக்கிறான்).

அங்க: (மெதுவாகவும் உறுதியாகவும்) அதைப் பத்தி. இனிமே பேச்சு எதுக்கு?

பகுடி: (சீறி) எதுக்கா?

அங்க: (திடமாக) விவகாரம்தான் ஒரு விதமா தீர்ந்து போயிருச்சுல்லே.

பகுடி: என்ன! தீர்ந்தா போயிருச்சு! நான் அப்படி நினைக்கல்லே. முறைமையை விட்டிராதேன்னு மறுக்கா ஒரு தவா உனக்கு எச்சரிக்கத்தான் நான் வந்திருக்கேன்.

அங்க: அண்ணே, மாசாணத்துக்கு அழகுவை கொடுக்க தோதுப்படாதுண்ணு முடிவா நான் உன்கிட்டச் சொல்லிட்ட பிறகு இதெல்லாம் இப்போ ஏன் சொல்லிக்கிட்டு இருக்கே?

பகுடி: ஏன் தோதுப்படாது?

அங்க: திருப்பி ஒரு தவா சொல்லச் சொல்லுதியா? அவனை கட்டிக்கிற பிரியம் இல்லே அதுக்கு அப்புறம்!

பகுடி: என்ன சொன்னே! நேத்து பிறந்ததுக்கு அவ பிரியம் வேறே வச்சிருக்குதோ. (கடுப்புச் சிரிப்புடன்) கையைப் பிடிச்சு இளுத்தாந்து மணையிலே ஒக்காத்தி களுத்தை குனிய வைக்காமே, ஹூம்! அவ பிரியமாம்!

அங்க: (குரலை உயர்த்தி) அவ எனக்கு ஒண்ணே ஒண்ணு.

பகுடி: (உரத்து) அவனும் எனக்கு ஒண்ணே ஒண்ணு.

அங்க: (கடுப்பாக) அவ சம்மதம் இல்லாமே நடத்த இஷ்டம் இல்லே எனக்கு.

பகுடி: அப்போ , சாதி, முறைமை எல்லாம் ஆடிக் காத்துலே போயிருச்சோ (கத்துகிறான்)

அங்க: (ஆக்ரோஷமாக) இப்போ நான் சாதி விட்டுச் சாதி கொடுத்திரல்லே. முறைமைதான் இல்லேன்னு போயிருச்சு (குரலை தாழ்த்தி) அண்ணே, கேக்கறேன், (அழுத்தி) பரிசம் போட்டப்புறம் இவ்வளவு பேச்சும் விவகாரமும் தேவைன்னு நீ நினைக்கிறியா?

பகுடி: (கோப, எகத்தாள குரலில்) ஓஹோ, நீ அந்தா தொலைக்கும் போயிட்டியா? (நடந்து போய் திரும்பி) எனக்கு நீ புத்தி சொல்ல வாரேல்லெ! சொல்லு. (குரல் மாற்றி) அங்கி, பரிசம் போட விட்டது என் தப்புன்னு தானே சுட்டிக் காட்டுதே. அதானே? (உயர்த்தி) மாசாணத் தேவர் மகனுக்கு ஒரு பொம்புளை புத்தி சொல்லுதா. ஹும்! ஆமா. அதுவும் நியாயம்தான். அவளும் மாசாணத் தேவர் மகதானே. (எகத்தாள சிரிப்பு) .

அங்க: (தணிந்த குரலில்) அண்ணே, இப்படி எல்லாம் பேசறது உனக்கே நல்லா இருக்குதா?

பகுடி: (முறட்டுக் குரலில்) ஆமாம், பரிசம் போட்ட கலியாணம் எல்லாம் நம்ம மறச் சாதியிலே நடந்திருக்குதுன்னா நீ நினைக்கிறே?

அங்க: (பதறி) அண்ணே!

பகுடி: (தணித்த உறுதியான குரலில்) அங்கி, ஏதோ அப்பாரு உன்னை நல்ல இடத்திலே பெரிய தனக்காரர் மகனுக்கு கட்டிக் கொடுத்தாரு. வீரண்ணனும் சொத்தை விடாமே காப்பாத்திக்கிட்டான். மிளகாயும் கடலையும் தொயந்து நல்ல காப்பு. வெலையும் ஏறி வித்திச்சு தொயந்து. (கூடத்தை முழுக்க அளவிட்டு) இந்த காரை வீடும் ஊருக்கே முதக்க ஏந்திரிச்சுது. கொடுத்து வைக்கல்லே பாவி, நல்ல வயசுலே போயிட்டான். (நிறுத்தி) தங்கச்சி நல்லா வாழுறதிலே எனக்கு சந்தோசம் இல்லேன்னா நினைக்கிறே அங்கி.

அங்க: நான் அப்படி சொல்ல வாரல்லியே.

பகுடி: (அதை கவனியாமல்) ஆனா, காரை வீட்டுக்காரின்னு உனக்கு ஊரிலே பேரு வந்திரிச்சு. நீ உசந்து போயிட்டே. என் வீடு இன்னும் மண் தரையா குண்டும் குழியுமா நிக்குது. அப்பாரு போனப்புறமும் அதுலே கை வைக்க முடியல்லே என்னாலே. நாட்டு ஓட்டை கள்ளிக்கோட்டை ஓடாக் கூட மாத்த எனக்கு வக்கில்லெ. (ஆத்திரமாக)

அங்க: அண்ணே, நீ சரியாப் பேசல்லெ. நமக்கு நடுவிலே அந்தஸ்து குறுக்கே நிக்கல்லே. அப்படி நீ நினைச்சா நீயா நினைச்சுக்கிட்டதுதான்.

பகுடி: பஞ்சாயத்துக்காரன் புதுப் பணக்காரன்!

அங்க: பணத்துக்காக இல்ல, இல்லெ!

பகுடி: பின்னே? எட்டாவது வரை படிச்சிருக்கான் அவன் மகன். பியூனு வேலைக்குப் போவான்.

அங்க: ஆமா.

பகுடி: ஒன் மவ மிஷின் பள்ளிக்கூடத்திலே அஞ்சாவது வரைக்கும் படிச்சிருக்கா.

அங்க: ஆமா.

பகுடி: மாசாணம் தோட்டத்தை காத்துக்கிட்டு, காட்டை உளுதுக்கிட்டு கிடக்கிறான். (அங்கம்மா முகத்தை பார்க்க, அவள் முகம் வேறு பக்கம் திரும்பி) என்ன அங்கி, அதானே?

அங்க: மாசாணத்தைப் பத்தி நீ எதுவும் சொல்லிக்க. அவன் ஒன் மவன்.

பகுடி: (இடக்காக சிரித்து) நீ சொல்லணுமா? உன் நினைப்பே அதானே. படிக்காத தற்குறிப் பய என் மவன், ஆமாம் அப்பனைப் போலெ.

அங்க: அண்ணே, நீ ஏதேதோ பேசிக்கிட்டே போறே. பளசெல்லாம் கிளறிக்கிட்டு இருக்கணுமா?

பகுடி: ஓ, நான் பளசை கிளர்றேன், இல்லே? ஆமாம், நம்ம சாதி, குடும்ப வளக்கம் என்கிற பளசைத்தான் கிளர்றேன். அதை தப்புண்றியா? (அங்கம்மாள் மவுன மாக வேறு பக்கம் பார்த்து நிற்க) அங்கி, கடைசியா சொல்லிட்டேன். மாசாணத்துக்கு கட்டிக் கொடுத்திரு அழகுவை. (திடமாக)

அங்க: (பதறி திரும்பி) நிச்சயம் பண்ணின கலியாணத்தை முறிக்கவா சொல்றே?

பகுடி: (வேறு பக்கம் பார்த்து உறுதியாக) ஆமா. இல்லாட்டி பின்னாடி...

அங்க: பின்னாடி?

பகுடி: அதை நான் இப்போ பேசத் தயாரில்லே.

அங்க: (கலங்கி சமாளித்து) பரிசம் போடுதுக்கு முந்தியும் இப்படித்தான் ஒரு நாளு வந்து மிரட்டிட்டு...

பகுடி: ஆமாம். அந்த மட்டோடு 'நீ புரிஞ்சுக்கிடுவேனு நினைச்சேன். என் கணக்கு தப்பா போயிடுச்சு. பஞ் சாயத்துக்காரன் பணபலத்துலே, இவன் என்ன செய்யக்கிடக்குன்னு பரிசம் போடறதை நடத்திட்டே. (ஆத்திரமாக) என்னைக்கூட அளைக்காமே.

அங்க: (திடமாக) எனக்கு இருக்கிற ஒரே அண்ண ன், முகாமையா இருந்து கலியாணத்தை நடத்திக் கொடுக்க வேண்டியவன் இப்படி சம்பிரதாயம் பேசிட்டுப் போனா.

பகுடி: இப்பவும் அதேதான்.

அங்க: (உறுதியாக) அதது தலைப்பொறி போல நடந்துட்டுப் போகுது. பேச்சை விடு.

பகுடி: அப்போ!

அங்க: நிச்சயமான கலியாணத்தை நிறுத்த முடியாது. நீ இருந்து அதை நடத்திக் கொடு.

பகுடி: என்ன, கலியாணத்தை நான் இருந்து நடத்திக் கொடுக்கணும்னா பேசறே! (கடுப்புச் சிரிப்புடன்) என்

வீட்டுக்கு வரவேண்டிய மருமவளை இன்னொருத்தன், நம்ம பந்தானக்காரனும் இல்லெ – வேறு எங்கிட்டோ இருந்து பணத்தை சம்பாரிச்சுக்கிட்டு இங்கே வந்து ஒண்டிக்கிட்டவன் மகன்...அவன் தன் வீட்டு மரும வளா ஆக்கிக்கிடப்போறான். அதை நானும் என் மவனும் பாத்துக்கிட்டு பந்தக்காலை புடிச்சுக்கிட்டு நிக்கணும்! ஊரு நாய் பேய் எல்லாம் 'பாருடா அப்பனும் மகனும் பந்தக்காலு கணக்கா நிக்கிறதை, கோட்டை விட்டுப்போட்டு'ன்னு முதுகுக்கு புறத்தாலே பேசிக்கிட்டுப் போறதை கேட்டுக்கிட்டு இந்த ஊரிலே மீசையை வச்சுக்கிட்டு நான் நடமாடணும் ஹூ ஹூ (சிரிப்பு)... (விருட்டென எழுந்து) முறைமையை விட்டுட்டு வேறே எடத்திலே இந்தக் குட்டியை கட்டிக் கொடுக்க விட்டுட்டேன்னா... இந்த கலியாணம் நடக்கிறதை பார்த்துப் போடறேன். (வாசல் நோக்கி போகிறான் விருட்டென)

(அங்கம்மாவும் அழகுவும் அவன் போவதை திகைப்புடன் பார்த்துக் கொண்டிருக்கிறார்கள். அழகு ஓடி வந்து)

அழகு: (அம்மா தோளில் கைவைத்து அம்மா! (பதறி) மாமன் பயமுறுத்திட்டுப் போகுதே!

அங்க: (அவள் பக்கம் திரும்பாமல் அவள் கையை விலக்கிக் கொண்டே) போடி, பயந்து சாகிறே அவன் பூச்சி காட்டறான் எனக்கு! ஹும், (கடுப்பாக) அவனேதான் சொல்லிட்டானே. நானும் மாசாணத்தேவர் மகதான்னு. ஆமாம், சரியாத்தான் சமயத்துக்கு நினைப்பூட்டிட்டான். அவரு ரத்தம்தான் எனக்குள்ளே ஓடுது என்கிறதை அவனும் பார்க்கத்தாண்டி போறான். நீ போய் படுடி பாயிலே. நான் தாப்பா போட்டுப்போட்டு வாறேன். (இரண்டு எட்டு வைக்கவும் காலில் தடி இடறுகிறது)

அழகு: அம்மா, மாமன் தடி. மறந்துட்டு போயிட்டாரு.

அங்க: (அதை பார்த்துக் கொண்டே) போகட்டும்டி.

அழகு: கொண்டுட்டுப் போய் கொடுத்திரலாம்மா!

அங்க: *(சீறி)* என்னடி சொல்றே! யாரு, யாருகிட்டடி கொண்டுபோய் கொடுக்கிறது. புத்தி கெட்டவளே! அவன்தான் வார்த்தைகளை நெருப்பா கக்கிட்டுப் போறானே. வீடே தீப்பத்திக்கிடும் போலே இருந்திச்சு. போகட்டுமடி அவன். வேணுமானா படியேறி வாரான். இப்போ வாரல்லே! எடுத்து மூலையிலே சாத்து *(வாசலுக்குப் போகிறாள்)*

(அழகு தடியை மூலையில் சார்த்திவிட்டு நிற்க அங்கம்மாள் திரும்பி வரவும்)

அழகு: இந்த ஈட்டித்தடி இல்லாமே மாமன் வீட்டை விட்டு வெளியேறாதேம்மா. *(ஸ்டூலை ஓரமாக நகர்த்த)*

அங்க: அவன்தான் அள்ளெலெ ஒண்ணுக்கு ரெண்டா பிச்சுவா சொறுகிட்டு இருப்பானேடி. படு.

(கதவு தட்டப்படும் சப்தம்)

அழகு: மாமனா!

அங்க: ஹூம்! அவன் தட்டு மாதிரி இல்லியே...

(கதவு மறுபடியும் தட்டப்படும் சப்தம்)

வெள்ளை: அங்கி, நான் தாம்மா.

அழகு: அம்மா, பாட்டையா குரலு!

அங்க: ஆமடி. அவருதான். *(திறக்கப் போகிறாள்) (சில விநாடிகள். அங்கம்மா முன்னும் வெள்ளையத்தேவர் பின்னுமாக பேசிக் கொண்டே வருகிறார்கள். வெள்ளையத்தேவர், எழுபது வயது நரைத்தலை, மீசை, ஒல்லி)* வாங்க மாமா. கூத்தை பாத்தீங்க இல்லெ. அழகு! இஸ்டூலை எடுத்துப்போடு. *(அழகு போடவும்)* உக்காருங்க மாமா...

வெள்ளையத்தேவர்: *(உட்கார்ந்து)* பகுடி வாரத்தை நான் பாக்கல்லே. செவுத்துப் பக்கமா தலை திரும்பி படுத்துக் கிடந்தேன். கதவை பலமாத் தட்டிக் கூப்பிடவும்தான் அவன்னு கண்டுக்கிட்டேன்.

அப்பவே வரலாமான்னுதான் பாத்தேன். பிறகு எதுக்கு வேணாமின்னு இருந்துட்டேன். அவனே கூப்பிடாமே போறபோது... ஆமா, என்னவோ கறுவிக்கிட்டுப் போறானே.

அழகு: *(பதறி)* எங்களையா பாட்டையா!

அங்க: என்ன மாமா கறுவிக்கிட்டுப் போறான்? அழகுவை அலக்கா தூக்கிட்டுப் போய் மாரியம்மா முன்னாலே தன் மகன் கையிலே தாலியை கொடுத்து முடிச்சுப் போடச் சொல்லப் போறானோ, தான் அருவாவும் கையுமா பக்கத்திலே நின்னுக்கிட்டு! *(அழகு பக்கம் திரும்பி)* புலியைப்பத்தி இப்பொத்தானேடி பேசிக்கிட்டு இருந்தோம். உடனே புலியும் வந்திரிச்சு. இப்போ தூக்கிட்டும் போகும்டி, போகும்

வெள்ளை: அங்கி, இந்தா...

அங்க: *(ஆத்திரமாக திரும்பி)* மாமா, காலையிலே அவனைக் கண்டு சொல்லிப் போடுங்க அழகுவை மட்டும் இல்லெ. அவ ஆத்தாவையும் பொணமாத்தான் தூக்கிட்டுப் போகவேண்டி இருக்கும்னு.

வெள்ளை: என்ன கண்டமேனியா பேசிக்கிட்டுப் போறே நீ பாட்டுக்கு? தேவமாரு சாதியிலே இதுக்கு மேலே எத்தினி பேரு பேசி இருக்காங்க! ஹும், *(பரிகாச சிரிப்புடன்)* இதோ பாரு, இந்த தோளு பகுடியை மட்டுமில்லே. உன்னையும் தூக்கிச் சுமந்த தோளு.

அங்க: *(தணிவாக)* ஆமா மாமா, இல்லேண்ணு போயிருமா. ஆத்தா போனப்புறம் நீங்களும் அத்தையும்தானே ஊட்டை கவனிச்சு எங்களை ஆளாக்கினீங்க, அப்பாவுக்கு ஊர் விவகாரம்தானே கவனிக்க போதிருக்கும். இந்த அண்ணனோ உங்க ஒருத்தருக்குத் தானே மாமா படிந்து பேசுவான். அவன் இப்படிப் பேசிட்டுப்போனா, பயமா...

வெள்ளை: அங்கி, பயந்துட்டா துரட்டு விலகிப் போயிரப் போகுதா. நின்னு சமாளிக்கத்தானம்மா தெம்பும்

துணிவும் வேணும்.

அழகு: இப்போ மாமன் மிரட்டிட்டுப்போகுதே பாட்டையா?

வெள்ளை: இந்தா குட்டி. உங்க ஆத்தாளுக்குத் தெரியும் அவனை. விடலைப் பயலா இருக்கிற நாளுலே இருந்து இந்தப் பகுடியை எனக்கும் தெரியும். அவன் மனசு வச்சிருந்தா பரிசம் போடவே விட்டிருப்பானா? ஆத்தா சொன்ன மாதிரி ராவுக்கு ராவே கடத்திக்கிட்டுப் போய் கருப்பணசாமி முன்னாடி மருமகளாக்கிக்கிட்டிருக்க மாட்டான் உன்னை? (சிரித்து) அதை அத்துப் போடறதும் தீர்த்துக் கட்டிக்கிறதும் அது வேறெ விசயம். இப்போ என்ன சொல்லிட்டுப் போனான்?

அங்க: கலியாணம் நடக்கிறதைப் பார்த்துப் போடறேன்னு உறுமிட்டுப் போரான்.

வெள்ளை: அவ்வளவுதானே. நாத்தடிப்பா எதுவும் பேசினானா? நீங்க பேசிக்கிட்டது அறையும் குறையுமா என் காதுலே விளுந்திச்சு. ராவேளையில்லே!

அங்க: வரம்பு மீறி பேசல்லே ஒரு வார்த்தை அவன். அதான் நான் கூட துணிச்சலாவே பேசிட்டேன். வெள்ளை கேட்டேனே உன் குரலை. அங்கியா இம்புட்டுக்குப் பேசுதான்னு கூட மலைச்சுப் போனேன்.

அங்க: இதுவரைக்கும் அவன் கிட்ட ஒரு நாளு இப்படி பேசினவளா நான், மாமா? நானா பேசினேன்? (அழகு பக்கம் திரும்பி) இந்த நாசமாப்போற பொண்ணுல்லெ – (பல்லைக் கடித்து)

வெள்ளை: (அதட்டி) அங்கி, மங்கலமா பேசு.

அங்க: (குரல் தணிந்து) என்னவோ என்னை அறியாமெ வந்துடுத்து (கடுப்பாக) மருதையிலே இதை அத்தை வீட்டிலே இருக்க விட்டதுலேதானே இவ்வளவு துரட்டும் ஏற்பட்டுப் போச்சு. அத்தைக்காரி தன் பொண்ணுகளை படிக்கவச்ச மாதிரி இதையும் படிக்கப் போட்டுட்டா, இவ அப்பாகிட்ட கூடச் சொல்லாமே, அவரு வந்து சொன்னபோது எனக்கு பொட்டுலே

அடி விளுந்தாப்லே இருந்துச்சு. என்னாத்துக்கு இது நம்ம குடும்பத்துக்குன்னு கேட்டேன். அதுக்கு அவரு, அக்காகிட்ட நானும் இதேதான் கேட்டேன். நீ சும்மா இரு தம்பி, நம்ம காலம் வேறே. இப்போ காலம் மாறிப் போச்சுன்னு வாயை அடக்கிட்டாளாம். இவரு என் வாயை அடக்கிட்டாரு.

வெள்ளை: இப்பம் அதுக்கென்ன?

அங்க: படிக்கப் போய்த்தானே மாமா, மாட்டேன்னு குளம் குட்டைன்னு பயமுறித்திருச்சு. இது மாசாணத்துக்குன்னுதானே நான் முடிஞ்சு போட்டு வச்சிருந்தேன். இப்போ தோணுது (பல்லைக் கடித்து) அண்ணைக்கே விறட்டி தட்டவும், (சோளக் கொல்லை காக்கவும் போட்டிருந்தேனா... இந்த நாக்கு இப்படி...

வெள்ளை: *(சிரித்து)* காரைவீட்டுக்காரி, நீயே இப்படி பேசினா...

அங்க: நான் காரைவீட்டுக்காரியாகவே பிறக்கல்லே மாமா. சீட்டிப் பாவாடையை முளங்காலுக்கு மேலே கட்டிக் கிட்டு, சுள்ளி பொறுக்கி, சாணம் தட்டி, கொளைக்கட்டு தூக்கினதை நீங்க பாத்ததுதானே. அது மாதிரி இதையும்...

அழகு: அம்மா, அம்மா!

அங்க: பெரியவங்க பேச்சிலே குறுக்கே வாராதேடி. *(அதட்டி)* இப்ப வவுத்திலே நெருப்பை கட்டிக்கிட்டாச்சு. இந்தப் பக்கம் பசையான பஞ்சாயத்துக்காரரு. அந்தப் பக்கம் ஊருக்கே அடங்காத அண்ணன்காரன். மாரியாயி! நீதான் நெருப்பு நடுவே பத்திக்கிறாமே காப்பாத்தணும்.

(கதவை படபடெனெ அறைந்து தட்டும் சப்தம்)

மொக்கையன்: *(குரல்)* அக்கா, அக்கா!

(மூவரும் பேச்சை நிறுத்தி கவனிக்க)

மொக்கை: *(மீண்டும் தட்டி)* அக்கா, அக்கா!

வெள்ளை: நம்ப மொக்கையன் குரலு இல்லே! பிசாசா

அறையறானே கதவை. (மீண்டும் சப்தம்) போய் கதவைத் திற அங்கி, சீக்கிரம்! கதவையே உடைச்சிடுவான் போலிருக்கே.

அங்க: *(போய்க்கொண்டே) அவன் தான். என்ன வந்திருச்சு அவனுக்கு. (போகிறாள்) (மற்ற இருவரும் அந்தப் பக்கம் பார்த்து நிற்க அங்கம்மாள் கதவை திறந்து) என்னடா, உள்ளே வா. (திரும்புகிறாள்)*

மொக்கை: *(உள்ளே பதறி வந்துகொண்டே உளறி) அக்கா! கொட்டம், படப்பு எல்லாம்...*

அங்க: *என்னடா கொட்டத்துக்கும் படப்புக்கும்? (கூடத்துக்கு வந்துவிட)*

மொக்கை: *(நாக்குளற) எல்லாம் பத்திக்கிட்டு எரியுது.*

அங்க: *ஐயோ!*

அழகு: *அம்மா!*

வெள்ளை: *என்ன!*

மொக்கை: *தீப்பட்டுப் போச்சு!*

வெள்ளை: *என்னடா கூத்து பண்றே! உளறுவாப் பயலே. ராவேளையிலே வந்து.*

மொக்கை: *அங்஑னே இருந்துதான் ஓடியாறேன். பஞ்சாயத் தாருகிட்டே சொல்லிப் போட்டு. வீரப்பன் தோட் டத்துலே இருந்து தீயை அவிச்சுக்கிட்டு இருக்கு. என்னை விரட்டிச்சு. போய் அவரு கிட்டவும் உங்ககிட்டவும் சொல்லச் சொல்லி. ஆளுக ஓடிக்கிட்டு இருக்காங்க.*

அங்க: *மாமா, இதென்ன! ஐயோ! மாடு கன்னுக, என்ன. ஆச்சுடா அதுகளுக்கு?*

மொக்கை: *நான் பாத்தபோதே மாடுக மேலெல்லாம் கங்கு விளுந்துக்கிட்டு இருந்திச்சு. கட்டுத்துறைக்கு ஓடி பிடி கயிறுகளை அத்துவிடப் போனேன். வீரப்பன், 'நான் பாத்துக்கறேன். நீ ஓடு'ன்னு சொல்லி விரட்டிட்டு அங்கிட்டுப் போச்சு. இருட்டுலே ஒண்ணும்*

நிகாப்படல்லே.

வெள்ளை: *எந்த நாய்ப் பயடா இந்த வேலை செய்தவன்!*

அங்க: *(பதறி) மாமா! அதெல்லாம் பிறவு பேசிக்கிடலாம். போலாம் வாங்க மாமா, தோட்டத்துக்கு. என் குடலு பதறுது.*

வெள்ளை: *(நிதானமாக) அங்கி, நீ இன்னேரத்துலே அங்கே வந்து என்ன செய்யப் போறே?*

அங்க: *எப்படி மாமா நான் வீட்டிலே நிம்மதியா இருக்க முடியும்?*

வெள்ளை: *(மறித்து) நான் ஒரு நடை போய் பார்த்துப் போட்டு வந்து சொல்றேம்மா. ஒரு தடிக்கம்பு மட்டும் கொடு. என் கம்பு வீட்டுக்குள்ற இருக்கு.*

அழகு: *ஆமாம்மா, பாட்டையா போயிட்டு வரட்டும்.. (விரைந்து ஒரு தடியை எடுத்து வந்து கொடுத்து) இந்தாங்க பாட்டையா!*

வெள்ளை: *(வாங்கிக்கொண்டே) ஏண்டா, நீ வாரப்போ வீரப்பனை தவுத்து வேறே ஆளுக?*

மொக்கை: *யாரும் இல்லே.*

வெள்ளை: *நீ தோட்டத்துலே இல்லியாடா? முதக்கவே பாத்து தீயை அணைக்கல்லியாடா?*

மொக்கை: *தோட்டத்துலெ இல்லெ. ரெண்டாம் தரத்து பூச்சியடி காணிக்கு தண்ணி கட்டிப்போட்டு – பாய நேரம் ஆச்சு. நல்லா இருட்டிருச்சு – வந்துக்கிட்டு இருந்தேன். தெக்காலே திரும்பவும் நம்ம கொட்டம் பக்கமா தீ தெரிஞ்சுச்சு, உசரத்துலே.*

அங்க: *ஐயோ, வக்கப்படப்பும் சாம்பலா!*

அழகு: *அம்மா, வடக்குப் பக்கத்து ரூமிலே அடைஞ்சிருந்த மிளகாய்!*

அங்க: *(பதறி) ஆமா, தெக்கிட்டு அங்கணத்திலே அடுக்கி*

இருந்த கடலை மூட்டைக! அதெல்லாம்?

மொக்கை: இப்போ எதுவும் சொல்ல முடியாது அக்கா! ஆளுக போய்...

வெள்ளை: என்னடா ஆளுக போய் காப்பத்தறது பொருளை! நடக்கிற காரியமா! காத்தடி காலமா – வக்கப்படப்பு நிமிசம் கருகிருமே. ஆளுக கூட இந்நேரத்துலெ ஏது அங்கணே? ஹூம், பாப்பம் (புறப்பட)

அங்க: பாத்துப்போட்டு வந்து விவரம் சொல்லுங்க மாமா. நீங்க வாரவரைக்கும் தவிச்சுக்கிட்டு கிடப்பேன். தீ கிட்டப் போயிராதிங்க மாமா. எட்ட நின்னே பாருங்க. மொக்கையா, வழிகாட்டி மாமனை இருட்டிலே சூதானமா கூட்டிப்போ.

வெள்ளை: அங்கி, மாரியாத்தா மேலே பாரத்தை போட்டுட்டு அலட்டிக்கிடாமே இரு. (போகிறார்கள் இருவரும். அங்கம்மாள் கூடப்போய் தாளிட்டு விட்டு வந்து ஸ்டூலில் உட்கார்ந்து)

அங்க: மாமன் சொல்லிட்டுப் போறாரு சுளுவா.

அழகு: (அங்கம்மாவை தொட்டு) யாரும்மா இதெல்லாம் செய்திருப்பா?

அங்க: (கோபச் சிரிப்புடன்) கண்ணாடியைப் பாத்தாடி ஒருத்தி கைப்புண்ணை தெரிஞ்சிக்கிடணும் (சீறி)

அழகு: யாருன்னு அம்மா சொல்லவாறே. மா...ம.

அங்க: மாமன்! மாமனாடி அவன்! ராட்சதன்!

அழகு: இப்பொத்தானே அம்மா மாமன் இங்கிட்டு இருந்து போறாரு.

அங்க: போனா! (கூர்ந்து பார்த்து) அழகு, நீ மறச் சாதியிலே பிறக்க வேண்டியவ இல்லே.

அழகு: என்னம்மா கேலி செய்யறே? மாமன் செய்திருக்காது.

அங்க: அடீ, குலை தள்ளிக்கிடந்த அரைமா வாளையை

ஒரே ராவுலே சீவித்தள்ளிப்போட்டு விடியக் கருக்கிலே மருதையிலே இருந்தவண்டி உங்க மாமன்! தெரிஞ்சிக்க. நீ பொறக்கல்லே அப்போ. வாளை மட்டுமா! பயிரை கசக்கிறதுலேயும் கொடிக்காலு வெற்றிலையை கிள்றதிலேயும் இந்த வட்டத்திலேயே அவனை அடிச்சிக்கிறதுக்கு ஆள் கிடையாது. வெட்டல்லெ, குத்தல்லெ, பாட்டையா சொன்ன மாதிரி ஒரு பொம்புளேகிட்ட தப்பா நடந்துக்கல்லே. கொலைக் கேசுலே ஆம்புட்டுக்கிடல்லே. ஆனா – இண்ணைக்கு பேசிப்போட்டு போகிறதை பாத்தா அதுவும்–

அழகு: அம்மா! மாமன் அதெல்லாம் செய்யாதும்மா!

அங்க: போடீ, ஒன் களுத்துக்கும் என் களுத்துக்கும் அருவா வந்திராது.

அழகு: வேறே என்னம்மா சொல்றே? (கவலைக் குரலில்)

அங்க: ஒன் களுத்துலே தாலி ஏறுமாங்கறதுதான் இப்போ

அழகு: அவுங்களை எதுவும் செய்துடுமா?

அங்க: அதை அவுங்க பாத்துக்கறாங்க, ஆம்புளைக்கு, ஆம்புளெ. இப்போ நம்ம சொத்தை அளிச்சுப் போட்டாண்டி. ஒன் கலியாணத்துக்கு பணமே அங்கேதாண்டி இருந்திச்சு. ரூபாய் ஆயிரத்தி சொச்சம் கொள்ளை போச்சுடி. (திரும்பி ஆத்திரமாக) சீ! அங்கி மேலே பளியை தீத்துக்கிட, வாயில்லாச் சீவனுக மேலேயா உன் கொடுமையை காட்டி இருக்கே. மாசாணத்தேவர் மகனா நீ! (அழகு பக்கம் திரும்பி) அவன் வாயுள்ள சீவன்னுகூட இனி எதுவும் பாக்க மாட்டாண்டி... பாக்கட்டும். நானும் பாக்கறேன்.

அழகு: மாமன் கிட்டப்போய் மோதிக்கிறதா, அம்மா!

அங்க: நானாடி மோதறேன்? புத்தி இல்லாமே பேசறே: (ஆத்திரமாக) இவ்வளவுக்கும் பிறகு அவனுக்கும் எனக்கும் என்னடி போட்டுக்கிடக்குது. அவனை–

அழகு: சபதம் எதுவும் போடதேம்மா!

அங்க: *(சீறி)* உன் கலியாணம் நடக்கணுமா வேண்டாமாடி! சொல்லுடி... *(அழகு தலை குனிந்து இருக்க)* என் முகத்தை பாத்துச் சொல்லு. *(அழகு நிமிர்ந்து பார்க்க)* பஞ்சாயத்துக்காரர் மகன் களுத்துலே வெட்டு விளும்டி. அப்பன் தீ வச்சா, பயிரைக் கசக்கினா வாளையை வெட்டினா மகன் கொலைசெய்வான், புரியுதா?

அழகு: *(நடுங்கி)* எனக்கு பயமா இருக்கும்மா.

அங்க: *(அதட்டி சிரித்து)* இருக்கும்டி. இருக்காது! படிக்காத ஊர் சுத்தின்னு அந்தப் பயலை கட்டிக்கிற மாட்டேன்னியே. குளம் குட்டைன்னு பயமுறுத்தினியே. அதுக்கு முன்னாடி இந்த பயம் உனக்கு இருந்திருக்கணும்டி. இப்பம் உரல்லே தலையைக் கொடுத்திட்டு உலக்கைக்கு பயப்படுதியா... பயமாம் பயம்... அவனுக்காச்சு, எனக்காச்சு *(திரும்பி)* பாவி, கொட்டத்தையா கரியாக்கினே! ஒன் கொட்டத்தையே அடக்கறேன் பாரு. *(குரலை தணித்து)* விளக்கை சிறிசாக்கி வை. *(படுக்கையில் உட்கார்ந்து)* மாரியாயி, நீதாண்டியம்மா காப்பாத்தணும் எங்களை. *(அழகு வந்து பக்கத்தில் உட்காரவும் திரும்பி பார்த்து)* படு, அழகு*(தொட்டு)* அம்மாப் புலி பக்கத்திலே இருக்கிறப்போ என்னடி பயம், *(செல்லமாக தட்டி)* தூங்கு. *(படுக்க)*

(கொஞ்சநேரம் கழித்து கதவு லேசாக தட்டப்படும் சப்தம்)

அங்க: *(படுக்கையில் எழுந்து உட்கார்ந்து)* யாரது? *(மெதுவாக கேட்டுக்கொண்டு)*

அழகு: *(கூட எழுந்து)* பாட்டையா அதுக்குள்ளே திரும்பி இருக்க முடியாதேம்மா.

அங்க: ஆமா. யாரு? *(கேட்க)*

பாலுத்தேவர்: *(குரல்)* நான் தான் பாலு.

அங்க: *(பரபரப்புடன்)* அடியம்மா *(திரும்பி)* அழகு! ஏந்திரி, பஞ்சாயத்துக்காரரு. சீக்கிரம் போய் கதவைத்திற...

உன்னைப்போய் துறக்கச் சொல்றேனே. நான் போறேன்... இதோ வாறேன் (போய் கதவைத் திறந்து விட்டு) வாங்க, வாங்க. (அங்கம்மாள் முன்னும் பாலுத் தேவர் பின்னுமாக வருகிறார்கள். அதுக்குள் அழகு ஸ்டூலை எடுத்துப் போடுகிறாள். பிறகு ஒதுங்கி மறைவில் போய் நிற்கிறாள்)

அங்க : உட்காருங்க. (ஸ்டூலை நகர்த்தி) நீங்க தோட்டத்துலே இருந்துதானே வறீங்க? (கவலையுடன்)

பாலு: (தணிவாக) ஆமா.

அங்க: மாடுக, சாமான் செட்டு என்ன கதிலே கிடக்குதுங்க, ரொம்ப சேதமா? (கலவரத்துடன்)

பாலு: (உட்கார்ந்துகொண்டே) நான் போறப்பவே கொட்டம் முச்சூடா சாம்பலாயிருச்சு. மாடுக உடம்பெல்லாம் பொரிஞ்சு கிடக்குது. பொருளு எதுவும் மிஞ் சல்லே. மிளகாய் நெடி தீக்கிட்ட ஆளை அண்ட விடமாட்டேங்குது.

அங்க: (குரல் பதற) அடப்பாவீங்க! விளங்குவாங்களா! இப்படி என் வவுறு எரியச் செய்துட்டாங்களே, நான் யாருக்கும் கொடுமை செய்யல்லியே. கலியாணத்துக்கு ரெண்டு வெள்ளிக்கிளமைதானே குறுக்கே கிடக்குது.

பாலு: தாங்க முடியாத நட்டம்தான் (குரலை உயர்த்தி) ஆனா இதுனாலே கலியாணம் நின்னு போயிரும்னு ஒரு பரதப் பய நினைச்சு செய்திருந்தா (எகத்தாளமாக) அவன் தான் முக்காடு போட்டுக்கிட்டுப் போகணும். பாலுவை அப்படி மிரட்டிற முடியாது.

அங்க: உங்களுக்கும் மொக்கையன் தான் வந்து தகவல் கொடுத்தானாமே.

பாலு: ஆமா. ஆளுகளோடே ஓடினேன். அங்ஙனே ஏது ஆளுக. தோட்டங்கள்ளே ஒத்தெ செத்தெ ஆளுக காவலுக்கு இருப்பாங்க இந்நேரத்திலே. வீரப்பன் தான் முகாமையா நின்னுக்கிட்டு தீ அவிச்சுக்கிட்டு இருந்தான். அதென்ன மனுசனுக்கு அடங்கிற தீயா!

அங்க: கருப்பணசாமிதான் தம்பியை அங்கே சமயத்துக்கு அனுப்பி இருக்காரு. கலியாணத்துக்கு முன்னாடி உடம்பை சுட்டிக்கிட்டு நிக்கப் போகுது தம்பி. (கவலையாக)

பாலு: அதெல்லாம் சூதானமா வேலையை பார்த்துக்கிட்டுத்தான் இருந்தான். என் பக்கம் கூட அவன் வாரவே இல்லை, அதிகம்.

அங்க: தம்பி அந்நேரத்திலே அங்கே எப்படிப் போச்சு?

பாலு: அதுதான் எனக்கும் புரியல்லே. இந்தக் காலத்துப் புள்ளைங்க சமாச்சாரமே வேறே. சொல்லிக்கிட்டுப் போகுதா வருதா. கிளக்காலே வயலு, தோட்டத்துலே வேலை பாக்கப் போனவன் மேக்கே எதுக்குப் போனான்னு தெரியல்லெ. போகுது. நடந்தது நடந்து போச்சு. மேக்கொண்டு வேலையை பாக்கணும்.

அங்க: எனக்கு ஒண்ணும் தோணலீங்களே. கிலியடிச்சுப் போ யில்லே கிடக்கேன் நான். இதுக்கும் மேலே இன்னும் போயிருச்சுன்னா.

பாலு : நானும் அதேதான் நினைச்சுக்கிட்டு வந்தேன்.

அங்க: எதுக்க வெள்ளைய மாமனை சந்திச்சீங்களா?

பாலு: ஆமா, காட்டுக்கிட்ட மொக்கையன் முன்னாடி போக அவரு தடிக்கம்பை தட்டிக்கிட்டுப் போறாரு. நான் கூட, சித்தப்பா நீங்க தடுமாறிக்கிட்டுப் போய் புண்ணியம் எதுவும் இல்லெ, திரும்புங்கன்னதுக்கு, நான் நேருக்க பாத்துப் போட்டு அங்கம்மாக்குச் சொன்னாத்தான் அதுக்கு சமாதானப்படும்னு சொல்லிப் போட்டு நடந்தாரு.

அங்க: அவரு எதுவும் சொல்லல்லியா?

பாலு: சொல்லல்லியே நிக்காமே பேசிக்கிட்டே போயிட்டாரு. என்ன விசயம்?

அங்க: நாலு நாளியலுக்கு முன்னே அண்ணன் இங்கே வந்திட்டுப் போனான்.

பாலு: *(திடுக்கிட்டு எழுந்து) என்ன பகுடி அண்ணனா!*

அங்க: ஆமா, அவனும் பேசினான். நானும் பேசினேன். கடைசியிலே எம்டன் குண்டு கணக்கா சொல்லை எறிஞ்சு போட்டுப் போனான். கலியாணம் நடக்கிறதை பார்த்துப் போடறேன்னு!

பாலு: (நடந்து) நான் நினைச்சது சரியாப் போச்சு.

அங்க: என்ன நினைச்சீங்க?

பாலு: அவரு உள்ளர்த்தம் வச்சுத்தான் பேசி இருக்காரு.

அங்க: அப்படீன்னா.

பாலு: முதக்க உங்கமேலே. அதான் இண்ணைக்கு செய்துட்டாரே. அடுத்தாப்லே எங்க மேலே காட்டப் போறாரு.

அங்க: (அழகு பக்கம் திரும்பி) கேட்டியா அழகு?

பாலு: என்னங்க?

அங்க: உங்க மாமன் தான்டி பிள்ளையார் சுளி போட்டிருக்கான்னேன். மாமன் இப்பொத்தானேம்மா போச்சுன்னா. அவ மாமன் சாமார்த்தியத்தை எடுத்துச் சொன்னேன்.

பாலு: கோர்வையா ஏற்பாடு பண்ணிப் போட்டுத்தான் வந்திருக்காரு. உங்களை மிரட்டிக்கிட்டு இருக்கறப் போவே கொட்டம் எரிஞ்சிக்கிட்டு இருக்குது. கேசு நாளைக்கு போலீசுக்குப் போச்சுன்னா தான் இங்கே இருந்ததா சொல்லலாமில்லெ. இருக்கட்டுமே, அப்பன் இங்கே இருந்துக்கிட்டு அங்கிட்டு எதையும் நடத்திர முடியாதா என்ன?ஊர் சனம் முழுக்க அங்கே கூடிரிச்சு. இவுக அப்பனையும் மகனையுமேதானே அந்தப் பக்கமே காணோம்.

அங்க: என்ன, அந்தப் பயலுமா அங்கே வாரல்லெ! தீயை வச்சுட்டு ஓடிருப்பான் அப்பன் சொல்லி. (திரும்பி) பாவி! உனக்குப்போய் உங்கப்பன் என் பொண்ணைக் கேட்டானே (திரும்பி) உட்காருங்க.

பாலு: (உட்கார்ந்து) கொடுத்த பணத்தை ரொம்ப நாளாச்சுன்னு

கேட்டா முறைச்சுப் பார்த்துப் போட்டு அங்கிட்டுப் போய் புதுப்பணம் பேசுதுன்னு எகத்தாளமா பேசிட்டுப் போறாரு. எப்படி இருக்கு பாருங்க. ஆயிரம் இருந்தாலும் பெண்ணுக்கு மாமன், உங்க அண்ணன். சம்பந்தம் செய்துக்கிடப்போறோம் உங்க மனசு நோகும்படியா ஒரு வார்த்தை பேசிடக் கூடாதுன்னு இருந்துக் கிட்டிருக்கேன்.

அங்க: *(ஆத்திரமாக)* அவன் எனக்கு அண்ணன் இல்லெ. நீங்க எதுவும் சொல்லிக்கிடுங்க அவனைப்பத்தி.

பாலு: அது போகுது, இனி மெத்தனமா இருந்தாப் போச்சு.

அங்க: ஆமா, மேக்கொண்டு ஆகவேண்டியதை பாருங்க வச்சிருக்கிற முகூர்த்தத்திலே கலியாணம் நடந்தா கணும். அதுக்கு ஒரேவழிதான் இருக்கு *(பாலுத்தேவர் அவளை உற்றுப்பார்க்க)* பேசாமே போலீசுக்கு சொல்லி அனுப்பிடுங்க.

பாலு: போலீசுக்கா! *(லேசான திகைப்புடன்)*

அங்க: ஆமா, சமுசயத்தை சொல்லிப் போடுவோம். ஏன் யோசிக்கிறீங்க?

பாலு: தயங்கல்லே. அந்தா தொலைக்கு போக வேண்டி வந்திருச்சேன்னுதான் *(இழுத்து)* அதோடே ஊரு இதை ஒத்துக்கிடுமான்னு...

அங்க: *(எரிச்சலோடு)* ஊரு! ஊரு! ஐயாயிரம் ரூபா சொத்தை சாம்பலாக்கி இருக்கான் ஒருத்தன். அதை தடுக்க முடியல்லே இந்த ஊருக்கு! *(எளப்பமாக)* ஊராம் ஊரு! *(ஆத்திரமாக)* நாளை ராவுலே அருவாளும் கையுமா நாலு பேரோடே என் வீட்டை வளைச்சுக்கிட்டான்னா இந்த ஊரு வந்து எனக்கு ஒத்தாசை செய்யுமா... இல்லை, உங்க மகன் தலையை உருட்டிட்டான்னா *(பதறி)* கொஞ்சம் யோசியுங்க.

பாலு: *(எழுந்து நடந்து)* ஆமா. அப்பனும் மகனும் செய்வானுங்க...சரி... இப்பொவே போய்... அஞ்சு கல்லுப் போயாகணுமே போலீஸ் ஸ்டேஷனுக்கு.

அங்க: யாரையாவது சைக்கிளுலே அனுப்புங்க.

பாலு: வேறே ஆளா? வீரப்பன் வரவும் அவனையே அனுப்பிர்றேன்.

அங்க: தம்பியையா இந்த ராவுலே தனியா அனுப்பப் போறீங்க?

பாலு: (லேசாக சிரித்து) அதுக்கெல்லாம் பாத்து முடியுமா?

அங்க: என்ன சொல்லி அனுப்பப் போறீங்க.

பாலு: நடந்த விபரம் சொல்லி, நீங்கதான் புகார் செய்திருப்பதாக சொல்லிரணும். வேறே யாரும் விரோதம் இல்லேன்னும் இவுகதான் விரோதமாக பேசிக்கிட்டு இருக்காங்கன்னும் சொல்லி, இனி நம்ம வளிக்கு வராமே இருக்க அவுங்களை போலீசு கட்டுப்படுத்தி வச்சுரச் சொல்லணும்.

அங்க: (நிதானித்து உறுதியாக) செய்துடுங்க.

பாலு: (எழுந்து) சரி, வாறேன். (போகிறார்) (அங்கம்மாள் போய் தாளிட்டுவிட்டு திரும்பி)

அங்க: (ஸ்டூலில் உட்கார்ந்து) இதுவரைக்கும் அவன் கம்பி எண்ணலல்லே. இப்போ அதுக்கும்.

அழகு: (பதறி) அம்மா! மாமன் கைக்கு விலங்காம்மா! வேணாம்மா.

அங்க: என்ன! (கடுப்பாக)

அழகு: எனக்கு பதறுதும்மா; மதுரையிலே கைதிகளுக்கு விலங்கு போட்டு தெருவாலே போலீசு கூட்டிப் போறதை பார்த்திருக்கேம்மா.

அங்க: உன் குடலு பதறுதாடி? (அவளை உறுத்துப்பார்த்து) தங்கச்சி சொத்துன்னுகூட பாக்காமே பொருளை பஸ்ப மாக்கி இருக்கான் ஒருத்தன். அவன் குடலு பதறலியேடி. உன் குடலு அவனுக்கா பதறுது? (கடுப்புச் சிரிப்புடன்) யாராரு தலையிலே என்னென்ன எளுதி இருக்கோ. படு, பேசாமே. (படுக்கிறாள்)

அழகு: (படுத்துவிட்டு எழுந்து உட்கார்ந்து) அம்மா

பாட்டையாவுக்கு மாமன் தடியை எடுத்துக் கொடுத்துட்டேம்மா.

அங்க: என்ன அசட்டுப் பொண்ணுடி நீ. நீ செய்கிற காரியம் எதுவுமே பதட்டத்திலேதாண்டி. உன்னைச் சொல்வானேன், நீ மாமன் கிட்ட கொடுக்கிறதை நான் பாத்துக்கிட்டேதானே இருந்தேன். சொல்லத் தோணல்லியே. என் கவனம் அது மேலேயா இருந்திச்சு? சரி போ. மாமன் இப்போ கொண்டாந்திடுவாரு. அவரையே அதைக் கொண்டுபோய் அவன் கிட்ட கொடுத்துத் தொலைக்கச் சொல்லிட்டாப் போகுது. அவனே இந்த வீட்டுக்கு வேண்டாத போது, அவன் ஈட்டித் தடி எதுக்கு? படு (படுக்கிறாள்)

அழகு: பாட்டையா எப்போ வந்து கதவைத் தட்டப் போறாரோ?

அங்க: இண்ணைக்கு சிவராத்திரிதான். (படுக்கையில் எழுந்து உட்கார்ந்து) ஏண்டி, மாமனுக்கு பரிஞ்சு பேச வாறியே. தான் ஆடாவிட்டாலும் தன் சதை ஆடாது. அந்த தோட்டம் அவன் மேல்பாத்து கட்டின தாச்சே. அது எரியுது. பதறி வந்து சொத்தை காப் பாத்தி இருக்க மாட்டான், அவுங்க மேலே குத்தம் இல்லாட்டி? சொல்லுடி சொல்லு. அவன் ஒருத்தனே பாதி சொத்தையாவது காப்பாத்தியிருப்பாண்டி.. எல்லாருக்கும் அண்ணன் மாதிரியா இருந்தான் அவன் எனக்கு? (பல்லைக் கடித்து) சண்டாளி, நீ வந்துதான் வேப்பங்காயா ஆக்கிப் போட்டே. (படுக்க)

அழகு: அம்மா!

அங்க: என் வவுத்தெறிச்சலெ கிளப்பாதேடி. படு பேசாமே. (அழகுவும் படுக்கிறாள்)

(கொஞ்ச நேரம் கழித்து)

வெள்ளை: (குரல்) அங்கம்மா! அங்கம்மா! (கதவு தட்டல்)

அங்க: (எழுந்து கண்களைத் துடைத்துக்கொண்டு) அழகு, மாமன் வந்துட்டாரு. ஏந்திரி. வாரேன் மாமா. (போகிறாள் சில விநாடிகள். அங்கம்மாவும் வெள்ளையத் தேவரும்

வருகிறார்கள். அழகு ஸ்டூலை போடுகிறாள்)

வெள்ளை: அங்கி, (கவலைக் குரலில்) ஒண்ணும் சொல்லிக் கும்படியா இல்லே. மனசை திடப்படுத்திக்கிட வேண்டியதுதான்.

அங்க: பஞ்சாயத்துக்காரரு வந்தாரு.

வெள்ளை: பாலு வந்தானா, சேதவிவரம் சொன்னானா ?

அங்க: சொன்னாரு. உங்க வாயாலே சொல்லுங்க மாமா.. எதுவும் மிஞ்சல்லியா?

வெள்ளை: பெரிய காளைக ரெண்டும் உசிருக்கு மன்னாடிக்கிட்டு கிடக்கு. எருமை மாடுக முதுகிலே சாய வேட்டி விரிச்ச கணக்கா தோலு வழண்டு போய் அனத்திக்கிட்டு நிக்குதுக.

அங்க: வீரப்பன் தம்பி அதுகளை அவுத்துவிட்டுடறதாக சொன்னானாமே மொக்கையன் கிட்ட.

வெள்ளை: ஒண்டியாளு என்ன செய்ய முடியும்? தீ நாலா பக்கமும் நாக்கை சுழட்டிக்கிட்டு வாரபோது.

அழகு: மிளகாய் கடலை, வக்கலு எதுவும்?

வெள்ளை: வக்கலா! வண்டி மசவுக்கு சமத்தியா காணும். மத்த இரண்டும் வள்ளிசா குளோஸ்.

அங்க: மாமா, விலைக்குப் பேசி அச்சாரம் வாங்கி இருந்தேனே. தரகுச் சின்னான் அண்ணைக்கே அள்ளிட்டுப் போ யிருந்தா பொருளு தப்பி இருக்குமே. பணம் பின்னாடி வந்துட்டுப் போகுதுன்னு யோசனை தோணல்லியே.

வெள்ளை: சங்கடம் அடுக்காத்தான் வரும்பாங்க. நாம நினைக்கிறபடி எல்லாம் நடந்துட்டா–

அங்க: (ஆத்திரமாக) அவன் என் கூடப் பிறந்தவனா! ஏழு சன்மத்து சத்துரு!

வெள்ளை: (திகைத்து) அவன் தான்னு முடிவு கட்டிட்டையா நீ, அங்கம்மா!

அங்க: (கோபச் சிரிப்பு) நீங்க கேக்கறது வேடிக்கையா இருக்கே. கல்யாணம் நடக்கறதை பாத்துப் போடறேன்னு படியேறிவந்து ஒருத்தன் மிரட்டிட்டுப் போறான். அதே நேரத்திலே அவன் மகன் அங்கே கொட்டடத்துலே தீ வச்சுக்கிட்டிருக்கான், இவன் ஒப்புக்கு இங்கே வந்திருக்கான். அவனை வேலையைப் பாக்கச் சொல்லிப் போட்டு. இதை குறிகேட்டா தெரிஞ்சுக்கிடணும். சொல்லுங்க மாமா தீ அணைக்க வந்த கூட்டத்திலே அவுங்க ரெண்டு பேருமே இல்லெ. சொல்லுங்க மாமா.

வெள்ளை: (நிதானமாக) சோடிச்ச மாதிரி எல்லாம் கோர்வையாக நடந்திருக்குது: இருந்தாலும் படக்குனு முடிவுக்கு வராமே கொஞ்சம் நிதானமா...

அங்க: என்ன நிதானமா இனியும் பாக்க இருக்குது மாமா! பாத்தா எங்க தலைக்குத்தான் அடுத்த கல்லு, ரெண்டுலெ ஒண்ணு பார்த்துப் போடணும்.

வெள்ளை: அங்கம்மா!

அங்க: எல்லாம் பஞ்சாயத்துக்காரருகிட்ட ஒப்பிச்சுப் போட்டேன். விடியும் காட்டியும் போலீசு வந்திருவாங்க

வெள்ளை: (பதறி) என்ன! போலீசா! (குரல் தணிய) பாலுவா அந்த யோசனை சொன்னான்?

அங்க: இல்லெ. உங்க மருமவதான் சொன்னேன். இந்நேரம் மேட்டுப்பட்டிக்கு ஆள் போய்க்கிட்டிருக்கும்.

வெள்ளை: (அடக்கிய குரலில்) அங்கம்மா, பதட்டத்துலே என்ன செய்துபோட்டே. ஹும். இதுவரைக்கும் இந்த ஊருக்குள்ளே ஒரு போலீசு தொப்பி தெருவாலே வந்ததுண்டா. நாம ரிப்போர்ட்டு பண்ணி நம்ம ஆளை பின் கட்டா கட்டிக்கிட்டுப் போறது நம்ம ஊர் சரித்திரத்திலேயே கிடையாதே. காரியத்தை கெடுத்துட்டியே

அங்க: ஒத்துக்கிடறேன் மாமா, நீங்க சொல்றதை. இந்தக் கலியாணத்தை அவுங்க அப்பனும் மகனும் நடக்க

விடுவாங்கன்னு நம்புறீங்களா நீங்க? (குரல் நடுங்க) இது ஆம்புளை இல்லாத வீடு மாமா, இது ஆம்புளெ இல்லாத வீடு! (அழுது விட)

வெள்ளை: (எழுந்து நடந்து கலங்கி) உன் நிலை புரியுதும்மா. ஆனா, பகுடியை போலீசு விசாரிக்கவா, அதுவும் நீ பிராது கொடுத்து! ஸ்டேஷனுக்கு கூட்டிப் போயா! ஹும் (பெருமூச்சுடன்) இதுவும் தான். அவன் மேலே சந்தேகப்படாதேன்னு உனக்குச் சொல்ல எனக்கு வாயே இல்லெம்மா. அவன் வாயே அவனுக்கு சத்துருவாக இருக்கறப்போ. ஹும். சரி, நான் போய் படுக்கறேன். (எழுந்து) எனக்கு மனச் சமாதானம் இல்லெ .

அங்க: எனக்கு மட்டும் மனச் சமாதானமா? உங்க முன்னே தானே அவன் முறிச்சுப் பேசிட்டுப் போனான்.

வெள்ளை: ஹும். தலைவிதிப் போலெ நடக்குது. வாரேன். (நாலெட்டு போய் திரும்பி) ஆமாம், நீ என்ன சொல்லப் போறே, போலீசு யாருமேலே சந்தேகம்னு கேட்டா அவன், அவன் மகன்னு சொல்லப் போறியா?

அங்க: (தலையசைத்து) ஆமா

வெள்ளை: சரி, சரி. விடியப் பாத்துக்கிடுவோம். நீங்களும் உறங்கப் போங்க. இதுவரைக்கும் கண்ணை மூடி இருக்க மாட்டீங்களே.

அங்க: ஒரேயடியா கண்ணை மூடிட்டா நல்லா இருக்கும்.

(கசப்பு தொனிக்கும் குரலில்)

அழகு: அம்மா, பாட்டையா கொண்டுட்டுப் போன தடி!

அங்க: ஆமடி. மாமா, கொண்டுட்டுப் போன தடி எங்கே?

வெள்ளை: ஆமம்மா, அது (இழுத்து) மொக்கையன் கிட்ட இருக்குது.

அங்க: மொக்கையன் கிட்டவா?

வெள்ளை: அவனும் நானும் காட்டை சுத்திப் பாத்துக்கிட்டு வாரப்போ, அந்த பய தடியை செத்தெ கொடுங்க

பாட்டையான்னான். எதுக்குடான்னு கேக்கு முன்னே புடுங்கின மாதிரி வாங்கிக்கிட்டு தீப்பக்கமா போ யிட்டான். சரிதான் எதையோ கிண்டிப்பாக்கப் போறான்னு நான் அப்பாலே போயிட்டேன்.

அழகு: *அப்புறம் அவனை பாக்கல்லியா பாட்டையா?*

வெள்ளை: ஆமா. நான் கூட்டத்துக்குள்ளே போகாமே விலகி நடந்து, சேதம் பூராவும் மதிச்சுப் போட்டு வடக்காலே கூடி ரோட்டுக்கு ஆளுக கூட வந்துட்டேன். மொக்கையா, மொக்கையான்னு ரெண்டு வாட்டி கத்திப் பாத்தேன். அவன் குரலே காணோம். என் குரலும் அவனுக்கு கேட்டிருக்காது. சரி, கொண்டுட்டு வாரான் விடியவும்னு ஆளுக கூட பேசிக்கிட்டு வந்துட்டேன்.

அழகு: *அது மாமன் தடி, பாட்டையா!*

வெள்ளை: *(திடுக்கிட்டு) என்ன! பகுடி தடியா!*

அங்க: *ஆமா.*

வெள்ளை: *உங்ககிட்ட எப்படி வந்திச்சு?*

அங்க: எங்களை பளி வாங்கற ஆவேசத்திலே பேசிப் போட்டு போறப்போ மறந்துட்டு போயிட்டான். போனப்புறம்தான் நாங்க கவனிச்சோம்.

அழகு: உங்ககிட்ட காலையிலே கொடுத்து சேத்துரச் சொல்லிடலாம்னு இருந்தோம்.

அங்க: என்ன மாமா யோசிக்கிறீங்க?

வெள்ளை: அவன் தடிக்கம்பா மொக்கையன் கையிலே சிக்கிக்கிடுத்து!

அங்க: என்ன மாமா!

வெள்ளை: ஒண்ணும் இல்லே. *(சமாளித்து)* நம்ம மொக்கையன் கையிலேதானே இருக்குது. விடியவும் கொண்டாந்திடுவானே.

அங்க: அவன் கொண்டாரவும் உங்ககிட்ட கொண்டாந்து கொடுக்கச் சொல்றேன், மாமா.

வெள்ளை: சரி, சரி, இந்தத் தடி அவனுக்கு உசிருன்னா. கையைவிட்டு கீழே வைக்க மாட்டானே. அதென்ன சாதாக்கம்பா! எப்படி விட்டுப் போட்டுப் போனான்! பளியாப்போற கோபம் இல்லே மனுசனை நாசமாக்குது... வாரேன். கதவை தாளிட்டுக்கிடுங்க. (போகிறார்)

(அங்கம்மா போய் தாளிட்டுவிட்டு வந்து)

அங்க: தங்கச்சிமேலே இருக்கிற ஆத்திரம். கொட்டம் எரியறதை கண் முன்னாலே நினைச்சுக்கிட்டிருப்பான். ஹும் (படுக்கையில் உட்கார்ந்து) இண்ணெ ராவுக்கு இவ்வளவுதானா இன்னும் ஏதாவது இருக்கா. அழகு, படு. (படுக்கிறாள்)

காட்சி 2

(பாலுத்தேவர் வீடு. கூடம். செங்கல் தரை, சுவர்கள் சுத்தமான, வெள்ளையடித்தவை. கதவு போட்ட அலமாரி பின் சுவரில். கூட நடுவில் ஒரு பனை நார் கட்டிலில் பாலுத்தேவர் படுத்திருக்கிறார்)

வெள்ளையத்தேவர்: *(குரல்) பாலு! பாலு!*

(பாலுத்தேவர் எழுந்து உட்கார்ந்து கவனித்து)

வெள்ளை: *பாலு! பாலு!*

பாலு: சித்தப்பன் குரலா இருக்கே. இதோ வாரேன். கதவு திறந்துதான் இருக்குது வாங்க சித்தப்பா. *(போய்க் கொண்டே)* அந்தப் பய இன்னும் வீடு திரும்பல்லே *(வரவும்)* உட்காருங்க, *(கட்டிலைக்காட்டி) (வெள்ளையத் தேவர் மவுனமாக உட்காரவும்)* ஏதோ யோசனைலெ இருக்கீங்க போலிருக்கே.

வெள்ளை: *(சமாளித்து)* யோசிக்க என்ன இருக்குது வேறே?

பாலு: வீட்டிலே இருந்தா, இல்லே தோட்டத்துலே இருந்து நேரே...

வெள்ளை: வீட்டுலே இருந்துதானப்பா வாறேன்.

பாலு: தோட்டத்துலே நடந்திருக்கிற அட்டூழியத்தைப் பாத்தீங்க இல்லே, சித்தப்பா?

வெள்ளை: தோட்டமா, காடா அது? சுடுகாடா இல்லே கிடக்குது.

பாலு: (ஆத்திரமாக) காட்டை சுடுகாடா ஆக்கிறதைவிட ஒருத்தனுக்கு மனுசனை சுடுகாட்டுக்கு அனுப்ப திறம இருந்தா அவன் ஆம்பிளை! (பரிகாச சிரிப்பு)

வெள்ளை: நீ சொல்ல வாறது புரியுது பாலு.

பாலு: பளி வாங்கணும்னா இந்த பாலுகிட்ட காட்டறது. (சிரித்து) மாடுக, மிளகாய், கடலை, வக்கப்படப்பு இதுக ஒருத்தனை எதுக்கவா போகுது!

வெள்ளை: (அமைதியாக) பாலு, பகுடிக்கு ஏண்டுக்கிட்டுப் பேச நான் வந்திருக்கேன்னு நினைச்சுட்டியா?

பாலு: (கிளர்ந்து) சித்தப்பா!

வெள்ளை: மருமவனை மாமன் தாங்கித்தான் பேசுவான்னு நீ நினைச்சாலும் இயல்புதானப்பா.

பாலு: உங்க நியாயம் எனக்குத் தெரியாததா?

வெள்ளை: பாலு, இந்த ஊரிலே அவன் விளையாடி இருக்கிறதை எல்லாம் மனசிலே வச்சுக்கிட்டுத்தான் சொல்றேன். ஒரு அளவோடேதான் அவன் நிப்பான்.

பாலு: இப்பம் நடந்திருக்கிறது அளவோடன்னு நீங்க நினைக்கிறீங்களா, சித்தப்பா? கலியாணம் நடக்கிறதை பார்க்கறேன்னு ஏழெட்டு நாளியலுக்கு முந்தி அவுங்களை மிரட்டிட்டுப் போயிருக்காரு!

வெள்ளை: நீ சொல்கிறதெல்லாம் ஒத்துக்கும்படியாத்தான் இருக்கு. நடந்து இருக்கிறது நல்லாத்தான் இல்லே. அவன் இப்படி பேசிட்டுப் போனதும் சுத்தமான காரியம் இல்லேதான். பேச்சுக்கு இருக்கட்டும், அவன்தான் செய்தான்னு–

பாலு: பேச்சுக்கு வச்சிக்கிடவா? இவ்வளவுக்கும் பிறகு!

வெள்ளை: (லேசாக சிரித்து) தீன்னா நாக்கு வெந்திருமா பாலு. இல்லே, நான் இல்லேன்னுட்டாப்லே இல்லைன்னு

போயிருமா. அவுங்க மேலே அங்கியோ நீயோ சமுசயப் படக்கூடாதுன்னு நான் சொல்லவே மாட்டேன் ஆனா... (இழுத்து) அவசரப்பட்டு போலீசுக்கு ஆளு அனுப்பி இருக்க வேண்டாம்.

பாலு: *(திடுக்கிட்டு)* உங்களுக்கு...

வெள்ளை: அங்கம்மாகிட்ட பேசிப் போட்டுத்தான் வாரேன் மேட்டுப்பட்டிக்கு ஆள் போயாச்சு?

பாலு: வீரப்பன் வாரத்துக்குத்தான் காத்துக்கிட்டிருக்கேன்.

வெள்ளை: அப்போ, ஆளு இன்னும் போகல்லே! *(வியப்பு நிம்மதி மூச்சு விட்டு)*

பாலு: போலீசை கூட்டியாற முடிவு செய்தாச்சு, சித்தப்பா! *(அழுத்தி)* வேறே வளி இல்லெ.

வெள்ளை: வேறே வளியே இல்லியா, பாலு! இல்லாட்டி நீ யோசிச்சுப் பாக்கல்லியா?

பாலு: நான் என்ன யோசிக்க இருக்குது. உங்க மருமகள் செய்த முடிவு.

வெள்ளை: ஹூம்! *(இளப்ப மூச்சு விட்டு)* ஆயிரம் ஆனாலும் அவ பொம்பளை. அருண்டு போயிருப்பா. நீ பஞ்சா யத்து முகாமைக்காரன். நாலும் யோசிக்கணும். பதறி கையை உதறிடக்கூடாது.

பாலு: என்ன சொல்றீங்க. நான் தப்பா எதாவது ..

வெள்ளை: இல்லே, ஊர் வளக்கம் உனக்கு எப்படித் தோணாமே போச்சுன்னுதான் யோசிக்கிறேன்.

பாலு: என்ன பஞ்சாயத்தா?

வெள்ளை: *(லேசாகச் சிரித்து)* என்ன மெதுவாக் கேக்கறே. நீயே எத்தனைக்கு விதாயம் பண்ணி இருக்கிறியே. பஞ்சாயத்துக்கு கட்டுப்படாமே ஒருத்தன் நெஞ்சை தூக்கிக்கிட்டு தெருவாலே நடந்திருக்கானா, கடோத்கசனாத்தான் இருக்கட்டுமே!

பாலு: பஞ்சாயத்துக்கு கட்டுப்படறது இருக்கட்டும், பகுடித். தேவரு சம்மதப்படுவார்னு நீங்க சத்யமா நம்புறீங்களா சித்தப்பா?

வெள்ளை: (கூவி) பாலு! சத்தியம் பண்ணியா என்னை சொல்லச் சொல்லுதே?

பாலு: (தடுமாறி) சித்தப்பா. மன்னிச்சிக்கிடுங்க நாத்தடிப் பாத்தான் பேசிப் போட்டேன். என் சொந்த விஷயமாப் போயிரவே கொதுப்பு தாளல்லே. மறந்துடுங்க.

வெள்ளை: பரவாயில்லே. (சாந்தமாகி) இருந்தாலும் நீ கேட்டதுக்கு நான் பதில் சொல்லி ஆகணும். பகுடி சத்தியமா சம்மதிப்பது மட்டுமில்லே, கட்டுப்படவும் செய்வான்.

பாலு: சித்தப்பா, விவகாரம் அவரு சம்பந்தப்பட்டது. அவரு தங்கச்சி சம்பந்தப்பட்டது. நான் சம்பந்தப்பட்டது. பஞ் சாயத்துலே முகாமையா நான் உக்காந்துக்கிட்டு அவரை விசாரிக்க, அவர் ஒத்துக்கிடுவாரு, என் முன்னாலே நின்னுக்கிட்டு பேசுவாரு, அமைதியா இது நடக்கிற காரியமா?

வெள்ளை: பாலு, நீ இன்னும் சம்பந்தம் செய்துக்கிடல்லே. முகாமை பஞ்சாயத்துக்காரன் இந்த ஊருக்கு நீ. எந்த நாயும் உன் கேள்விக்கு பதிலு சொல்லியாகணும். (குரலை மாற்றி) விவகாரம் பகுடிக்கும் அவன் தங்கச்சிக்கும்தான். தாவாச் செய்யப் போறவ அவ. அதை நினைவுலே போட்டுக்க.

பாலு: விதாயம் பண்ண வேண்டியது நான்தானே.

வெள்ளை : நீ மட்டுமில்ல. இன்னம் ரெண்டு பேர் இருக்காங்க.

பாலு: ரொம்ப சொல்லிட்டீங்க சித்தப்பா. ஏத்துக்கிடறேன். ஆனா, கூட்டத்துலே பேச்சு தடிச்சு எக்குத் தப்பா எதுவும் நடந்திருச்சுன்னா படுமோசமா போயிருமே.

வெள்ளை: (லேசாக சிரித்து) போலீசு கையிலே ஒப்பிச்சுட்டா மட்டும் படுமோசம் ஆயிராதுன்னா நீ நினைச்சே.

அப்படி நடக்கும்னு இருந்தா நடந்துதான் தீரும் (குரல் தொனி மாறி) பாலு, இதெல்லாம் நமக்கு புதுசா?

பாலு: சித்தப்பா, உங்க மருமவ விஷயத்தை என் பொறுப்புலே விட்டாங்க. நான் உங்ககிட்ட விட்டுட்டேன். விடியவும் ஒன்பது மணிக்கு கூட்டத்துக்கு ஏற்பாடு பண்ணிப் போடறேன்.

வெள்ளை: செய்துப் போடு சரி, நான் வாறேன். (புறப்பட்டவர் திரும்பி) பாலு, நீ போலீசுக்கு ஆளு அனுப்பாமே இருந்தது எவ்வளவு பெரிய துரட்டை விலக்கிரிச்சு தெரியுமா. போலீசு தொப்பி கிளக்காலே, அந்தா, வாகை மரத்தண்டை தெரிஞ்சுச்சுன்னா அப்பனும் மகனும் இப்படி (கையை காட்டி) மேக்காலே பாஞ்சுட் டாங்கன்னா. அதுக்கப்புறம் அவுங்களை பிடிக்க... உனக்குத் தெரியாததா? நான் வாறேன். (போகிறார்)

பாலு: (கூப்பிட்டு) சித்தப்பா, (அவர் திரும்பவும்) ஒரு விஷயம். கூட்டத்துக்கு அவுங்க வாரபோது...

வெள்ளை: பிச்சுவா, அருவா, ஏதொண்ணும் கொண்டாரக் கூடாது அதானே சொல்லவாறே? (பாலுத் தேவர் தலையசைக்க) அதுக்கு நான் உத்தரவாதம். (திரும்பி மறுபடியும் அவர் பக்கம் திரும்பி) நீயும் உன் மகனும்?

பாலு: சத்யமா.

வெள்ளை: சத்யம் எதுக்கு. உன் சொல்லுக்கு மேலேயா! வாறேன். (போகிறார்)

(பாலுத்தேவர் அவரை அனுப்பிவிட்டு வந்து கட்டி லில் உட்கார்ந்து)

பாலு: பெரியவர் நினைக்கிறபடி நடக்கும்னு தோணல்லே. மருமவன் பேரிலே அவருக்கு அவ்வளவு நம்பிக்கை.. பாப்பமே இந்தப் பய இன்னும்–

(கொஞ்சநேரம் நிசப்தம். நடையில் காலடி சப்தம்)

வீரப்பனா?

வீர: நான்தான் அப்பா. (வர தாமதம்)

பாலு: என்னடா, கள்ளன் கணக்கா வாரே. நடையிலே என்ன செய்யறே?

வீர: (வந்துகொண்டே) தடிக்கம்பை மூலையிலே சாத்திட்டு வாரேன்.

பாலு: நடுச்சாமம் ஆகப் போகுது. அங்கே என்ன செய்துக்கிட்டு இருந்தே? உன் மாமியா கொட்டத்தை திரும்ப கட்டிக்கிட்டு இருந்தியா? அவ அண்ணனும் அவன் மகனும் பொசுக்கினதை!

வீர: (பரபரப்பு குரலில்) அவுங்கதான்னு நீங்களும்...!

பாலு: அட, அப்பனுக்கு மேலே பெரிய யோசனைக்காரன் நீ! சீப்பை ஒளிச்சு வச்சுட்டா. கலியாணம் நிண்ணு போகும்னு செய்தவன் புத்திக்காரியம்டா இது. (கடுப் புச் சிரிப்புடன்) அடே, கலியாணம் குறிச்ச தேதியிலே நடந்தாகணும். (அழுத்தி)

வீர: (இழுத்து) அவுங்க நடக்க விடுவாங்களாப்பா? இண் ணைக்கு செய்திருக்கிறதைப் பார்த்தா–

பாலு: அடே, இண்ணைக்கு அவுங்க செய்ததுதான் கடைசி..

வீர: என்னப்பா!

பாலு: (கறுவி) விடியட்டும். அவுங்க மானத்தை வாங்காட்டி.

வீர: விவரம் சொல்லுங்க அப்பா.

பாலு: நீ வரவும் மேட்டுப்பட்டிக்குப் போய் போலீசைக் கூட்டியாரச் சொல்லத்தாண்டா யோசனை.

வீர: (பரபரப்புடன்) அதே யோசனையோடேதான் அப்பா நானும் வந்தேன் இப்பவே சைக்கிளை எடுத்துக்கிட்டு, நிமிசம்...

பாலு: இருடா, சமயத்துக்கு வராமே கெடுத்துப்புட்டியே காரியத்தை.

வீர: என்ன?

பாலு: இப்பொத்தான் சித்தப்பன் வந்து வரம் வாங்கிட்ட மாதிரி என்னைக் கட்டிப் போட்டு....

வீர: (வியப்புடன்) வெள்ளையப் பாட்டையாவா? அவுகளுக்கு ஏண்டுக்கிட்டு பேச வந்திருப்பாரு. அவரு கிடக்கிறாரு. நான் போய் போலீசை...

பாலு: போலீசுக்குப் போகவிடாம தடுத்துட்டாருடா!

வீர: (கலவரத்துடன்) அப்பம் இப்படியே விட்டுறவா?

பாலு: விடவா! காலையிலே ஒன்பது மணிக்கு சாவடியிலே பஞ்சாயத்து அப்பனையும் மகனையும் நிக்கவச்சு கேள்வி கேட்கிறதை ஊரே பாத்துக்கிட்டு நிக்கப் போகுது.

வீர: (சமாளித்து) போலீசு இல்லாட்டி போகுது. தக்க சாக்கி வச்சு நிரூபிச்சிடுவோம் ஊரு கட்டுப்படுத்திடும் இல்லெ.

பாலு: பஞ்சாயத்தார் முடிவுக்குப் பின்னாடி அப்பனும் மகனும் நாண்டுக்கிட்டு தொங்கப் போறாங்கடா அவமானத்தாலே. இல்லாட்டி பர்மா, சிங்கப்பூர்னு ஓடப் போறாங்க பாரு.

வீர: அப்பம் சாக்கிக?

பாலு: சாக்கிக! புதுசா சோடிக்கணுமோ. தங்கச்சியே வளக்கு கொண்டாரப் போறா.

வீர: அங்கம்மா அத்தையா? (வெட்கம் தோன்ற)

பாலு: சும்மாச் சொல்லு. அத்தை முறைதாண்டா அவ உனக்கு. வெக்கம் என்னடா. முறைமை கொண்டாடினவன் சிசுபாலன் கணக்கா கொட்டாவி விட்டுக்கிட்டு நிக்கப் போறான் பாரு. அடே, அண்ணனையும் மருமவனையும் பின் கட்டா கட்டி தெருவாலே நடத்திப் போனாக்கூட அவ கண்ணாலே ஒரு சொட்டுத் தண்ணி விடமாட்டா.

வீர: அவுங்களை முன்னே மிரட்டி இருக்கார் இல்லே. அது போதுமப்பா.

பாலு: அடே, நீ பளசைப்பத்திப் பேசறே! இருட்டி நாலஞ்சு நாளியலுக்கு அவுக வீட்டுப் படியேறி, கலியாணம்

நடக்கிறதைப் பாத்துப்போடறேன்னு மிரட்டிட்டு போயிருக்கான் அண்ணன்காரன் நீ என்னவோ பேசறே.

வீர: நாலஞ்சு நாளியலுக்கா?

பாலு: எதுக்குடா அழுத்திக் கேக்கறே? அங்கம்மா கொட்டம் எறிஞ்சுக்கிட்டு இருக்கிறப்போ அவன் தங்கச்சி கிட்ட வீறாப்பை காட்டிக்கிட்டு இருக்கான் – அங்கே மவனை தீவக்கச் சொல்லிப்போட்டு.

வீர: மாசாணம்தான் தீவச்சவன்னு நீங்களும்...

பாலு: பெரிய துப்பு வேணும் இதுக்கு? நமக்கு எவனா இருந்தா என்ன! அப்பன் இல்லாமே மகன் வந்திருவானா? மகனுக்கு வந்தா அப்பனுக்குத்தான் இல்லையா!

வீர: (இழுத்து) அப்பனும் மகனும் ஏற்பாடு செய்து போட்டு அப்பன் இங்கிட்டு வந்திருக்கலாம், இல்லெ.

பாலு: அதே நேரத்திலே அப்பன் இங்ஙனே இருக்கான்.

வீர: (சிரித்து) இருந்தா? ஒரு கல்லு ஓடியாற என்னேரம் ஆகும்?

பாலு: (யோசித்து) இருக்கலாம்டா. ஆனா சாக்கி. அவன் அங்கிட்டு நடமாடிக்கிட்டிருந்தான்னு சொல்ல?

வீர: (லேசாக சிரித்து) சாக்கி வச்சுக்கிட்டுத்தான் நடமாடு வாங்களா, இம்மாதிரி வேலைக்கு?

பாலு: ஏண்டா, என்னையே மடக்கிறியா! சரி, ஒண்ணுக்கு மூணு இருக்குடா. அவ சொல்றா. நான் சொல்றேன். நீயும் சொல்லப் போறே.

வீர: இண்ணை காலையிலே கொடிக்காலு பக்கத்திலே நடந்ததைத்தானேப்பா.

பாலு: (தலையசைத்து) அண்ணன் தங்கச்சியை மிரட்டி சிக்கிக்கிட்டான். அவன் மவன் உன்கிட்ட பேசி அகப் பட்டுக்கிட்டான். அடே, அப்பன் பஞ்சாயத்துலே உட்கார்ந்து இருக்கேன்னு மெத்தனமா இருந்துராதே. மத்தவங்க கேள்வி கேட்டா உளண்டுறாதே. காரியம்

கெட்டுப் போயிரும். அளகுவை கட்டிக்கிட்டு காரை வீட்டுக்காரி மருமவனா நிம்மதியா வாளனும்னா இப்பம் நடக்கிறதிலேதாண்டா இருக்கு. இப்பம் அவுகளை விளுத்தாட்டி எப்பவும் முடியாது. ஆமா.

வீர: சரிப்பா.

பாலு: சரி, போய்ப் படு. இங்ஙணேயே படேண்டா.

வீர: இல்லெ, எதுக்க கொட்டத்துக்குப் போய் படுக்கிறேன். சப்பாணி இருக்கான் கூட. (போகப் புறப்பட)

பாலு: ஏண்டா, சாப்பிடவே இல்லையாடா. கிளவி வீட்டுக்கு போய்? உங்காத்தா போனப்புறம் அவதானேடா புண்ணியத்துக்கு சோறாக்கிப் போட்டுக்கிட்டு இருக்கா நமக்கு. அவளுக்கு சங்கடமுண்டாக்கிக்கிட்டு எத்தினி வருசம் ஆச்சு. ஹும், அந்தக் குட்டி வந்துதான் இந்த வீட்டிலே அடுப்பிலே தீ முட்டி உலை வக்கப் போகுது

வீர: நான்தான் அங்ஙனே அகப்பட்டுக்கிட்டேனப்பா.

பாலு: அட, இருடா. கிளக்கே நம்ம காட்டுக்குப் போனவன் மேக்கே சமயத்துக்கு எப்படிப் போய்ச் சேர்ந்தே?

வீர: பொளுது சாயவும் திரும்பிக்கிட்டு இருந்தேன். ஒச்சாத் தேவர் மகன் நாகையன் ரோட்டுமேலே நின்னுக்கிட்டு மேக்காலெ காவலுக்குப் போறேன், துணைக்கு வாடான்னு அளுத்திக் கூப்பிட்டான். தோட்டத்துலே உட்கார்ந்து பேசிக்கிட்டே இருந்தோம். புறப்பட்டு வாரப்போ–

பாலு: சரி, சரி, போ. எவன் போய் என்ன சாதிச்சுப் போட்டீங்க! ஒரு வக்கத்துரும்பை காப்பாத்த முடியல்லே...

வீர: அது அடங்கிற தீயாப்பா!

பாலு: சரி, போய்ப் படு. பெரிய இடத்துலே சம்பந்தம் வரப் போகுதுடா. கண்டமேனிக்கு ஊரைச் சுத்தி பேரைக் கெடுத்துக்கிடாதே. எனக்குத்தாண்டா வரும் பேரு. இன்னாரு மகன்னு... (போகும் அவனை பார்த்துக் கொண்டிருக்கிறார், நடையில் லேசாக சப்தம்) என்னடா?

வீர: ஒண்ணுமில்லெ. கைக்குக் காவலா தடி எடுத்துக்கிட்டுப் போறேன்.

பாலு: *(கட்டிலிலிருந்து எழுந்து)* ஹும்! பகுடியா, பாலுவா, இந்த ஊருலே நெஞ்சைத் தூக்கிக்கிட்டு நடக்கறது, நாளை உச்சிப் பொழுதுக்குள்ளே, பாப்பம்! *(கட்டிலில் உட்கார்ந்து படுக்கப் போகிறார்).*

காட்சி 3

(பகுடித்தேவர் வீடு. ஓட்டு வீடு, மண் தரை, சுவர்கள் பழுப்பேறியவை. கூடம் ஓரமாக சில தட்டு முட்டு சாமான்கள். கூடத்தில் சுவர் ஓரமாக ஒரு கயிற்றுக் கட்டிலில் பகுடி வயிற்றைப் பிடித்துக் கொண்டு உட்கார்ந்திருக்கிறார். பிறகு எழுந்து நடமாடிக்கொண்டு)

பகுடி: இந்த மாசாணம் பயலை இன்னும் காணல்லே. நடுச் சாமம் ஆவப் போகுது. மேக்கே கடலைக் குண்டுக்கு சாலடிச்சு தண்ணி கட்டிட்டு மாடுகளும் ஆளும் திரும் பிரிச்சு. இவன் எங்கே சுத்திக்கிட்டு இருக்கான்... (நடையில் சத்தம் கேட்டு பார்த்து) மாசாணமா?

வெள்ளை: (குரல்) நான்தான்.

பகுடி: (முன் நடந்து) நீங்களா மாமா! வாங்க உள்ளே. (வரவும்) எங்கே மாமா இந்த அகாலத்திலே, (கட்டிலை முன்னுக்கு இழுத்து) உக்காருங்க.

வெள்ளை: (உட்கார்ந்துகொண்டே) என்ன வவுத்தைப் பிடிச்சுக்கிட்டு இருக்கே, உக்காரு.

பகுடி: (ஒரு முக்காலியை எடுத்துப் போட்டு) இந்தப் பாழாப் போன வவுத்து வலிதான் மாமா. சாயந்திரத்துலே இருந்து வாட்டுது (உட்கார) எப்பவோ மொடா மொடாவா குடிச்சதுக்கு–

வெள்ளை: *அதோடே. அடி வவுத்துலே இருந்து அங்கி வீட்டிலே கூப்பாடு போட்டுட்டு வந்திருக்கே.*

பகுடி: *மாமா! (எழுந்து)*

வெள்ளை: உன் கோபத்துலே மாமன் பக்கத்து திண்ணைலே படுத்திருக்கிறது கூட உன் நினைவுக்கு வரல்லெ. கலியாணம் நடக்கிறதை பார்க்கிறேன்னு கறுவிக்கிட்டுப் போனே.

பகுடி: *(விரைப்பாக நின்று)* மாமா அந்த கலியாணம் நடக்கக் கூடாது.

வெள்ளை: அங்கியை பாத்தேன். எல்லா விவரமும் தெரிஞ்சுக் கிட்டேன். *(இழுத்து)* கலியாணம் நடக்கிறதும் நடக்காததும் என் கையிலும் உன் கையிலும் இல்லே பகுடி. விதிச்சிருக்கிறபடி.

பகுடி: அதைத்தான் பாப்பம்.

வெள்ளை: மாமன்கிட்டவா சம்பிரதாயம் போடறே?

பகுடி: மாமா!

வெள்ளை: பாக்கத்தான் இண்ணைக்கு பிள்ளையார்சுளி போட்டிருக்கியே.

பகுடி: என்ன சொல்ல வறீங்க மாமா!

வெள்ளை: உக்காரு. *(உட்காரவும்)* பளிவாங்கிட்டே இல்லெ அவ கொட்டத்தை சாம்பலாக்கி?

பகுடி: *(பதறி எழுந்து)* நான் தீவச்சேனா!

வெள்ளை: பின்னே யாரு? உன் மவனா?

பகுடி: என் மவனா!

வெள்ளை: *(சுற்றிப் பார்த்து)* எங்கே மாசாணம் பய?

பகுடி: இன்னும் வீடு திரும்பல்லெ. தோட்டத்துலேயே கிடக்கிறான் போலிருக்கு. இல்லாட்டி எங்கணேயாவது கூட்டாளிகளோடே அரட்டையடிச்சுக்கிட்டு...

வெள்ளை: அவன் மேக்காலேதான் இருந்திருக்கான், இந்த ராவுலே?

பகுடி: (எரிச்சலாக) மேக்காலே எத்தினியோ காடுக, ஆளுக. (கடுப்பாக சிரித்து)

வெள்ளை: அது எனக்கும் தெரியும். இந்த ஊருக்கும் தெரியும், ஆனா ஒரு பொம்புளை கொட்டத்தை கரியாக்கும் படியான விவகாரம் அவுகளுக்கெல்லாம் கிடையாது.

பகுடி: அப்போ, நான் இல்லாட்டி என் மவன்தான்...

வெள்ளை: தீ எரிகிற நேரம் நீ அங்கி வீட்லே இருந்திருக்கே. அதுனாலே நீ வேணா இல்லென்னு சொல்லி பெடலாம்.

பகுடி: மாமா, நான் தப்பிச்சுக்கிட வளி இருக்குன்னு சூசனையாச் சொல்றீங்களா, என் மவனை காட்டிப் போட்ட

வெள்ளை: பகுடி, அப்பனும் மகனும் உங்க தலைக்கு கல்லைத் தேடிக்கிட்டீங்க உங்க நாக்காலேயே. உன் மவன் காலையிலே வீரப்பனை என்ன மிரட்டி இருக்கான் தெரியுமில்லெ.

பகுடி: என் காதுக்கும் வந்திச்சு. அவன் சொல்லல்லே. இதெல்லாம் புதுசா நமக்கு மாமா? பேசிக்கிறதுதான். அதைக் கொண்டு...

வெள்ளை: (எழுந்து, வேகமான குரலில்) அந்தப் பொண்ணு கழுத்திலே நீ தாலி கட்டிடுவியாடான்னு உன் மவன் காலையிலே அவனைக் கேட்டிருக்கான். அண்ணெ ராவுலேயே நீ அங்கி வீட்டுக்குப்போய் ஒரு பொம்பு ளையை மிரட்டிப்போட்டு பாத்துப்போடறேன்னு வந்திருக்கே. இரண்டையும் சேத்துப்பாரு. பஞ் சாயத்துக்காரனை பார்த்துப் போடறேன்னு ஊரறிய ஆத்திரம் காட்டி இருக்கே. அதையும் சேத்துப்பாரு. அதே நேரத்திலே உன் மவன் மேக்காலே இருக்கான். தீ அவிக்க ஊரே கூடி இருக்குது, உன்னையும் உன் மவனையும் தவிர. எல்லாத்தையும் சேர்த்துப்பாரு. அட, நீ பாக்கிறது இருக்கட்டும் அங்கி எப்படி சேத்துப் பார்ப்பா. இன்னும் ஊர்க்காரங்க எப்படி சேத்துப்

பாப்பாங்க. யோசி. நல்லா யோசி.

பகுடி: *(ஆழ்ந்து) நினைக்கிறதுக்கு வசமாத்தான் பேச்சும் இருந்திருக்கு. நடந்தும் போச்சு. ஆனா, மாமா, நான் இதைச் செய்தேன்னு, இல்லாட்டி என் மவனை விட்டு செய்யச் சொன்னேன்னு நீங்க... நீங்க .. (பேச முடியாமல் நிறுத்த)*

வெள்ளை: *பின்னே எப்படி கலியாணம் நடக்கிறதை பாத்துப் போடறேன்னே நீ? உன் மவன் அருவாவைத் தொட்டுக் காண்பிச்சான். வீரப்பன் தலையை அவன் வாங்கப் போறானா? இல்லே நீதான் அங்கி, அழகு தலையையா? என்கிட்டவா பேசறே நீ!*

பகுடி: *ஆத்திரத்திலே நான் பேசினவன்தான். அப்படியாவது அங்கி சம்மதிப்பான்னு பார்த்தேன். இன்னும் அந்த நம்பிக்கை விடல்லே. (தயங்கி) மாமா... (அடக்கிய குரலில்) அருவாவும் பிச்சுவாவும் வேல் கம்புமாத்தான் வருச வருசமா திரிஞ்சுக்கிட்டு இருந்திருக்கேன். ஆனா அது காட்டுப்பன்னி, முள்ளம்பன்னி, கோவேறு கழுதை, சிறுத்தை இதுகளைத்தான் ருசிபார்த்து இருக்குது. மனுச ரத்தக்கறை அதுகள்லே படிஞ்சதில்லெ. எனக்கும் ஐம்பத்திரெண்டு ஆகுது.*

வெள்ளை: *(அவன் தோளைத் தொட்டு) பகுடி! உன்னை எனக்கு தெரியும். இந்த தோளுக்குத் தெரியும். ஆனா, உன் மவனை நீயும் தெரிஞ்சிக்கிட முடியாது. நானும் தெரிஞ்சிக்கிட முடியாது. அப்பன் மாதிரித்தான் மகனும் இருக்கணும்னு சாத்திரமில்லெ பகுடி.*

பகுடி: *சரியாச் சொன்னீங்க மாமா. நான் எங்கப்பாரு மாதிரி இருந்தேனா? (கையைப் பிசைகிறான்)*

வெள்ளை: *பகுடி, வாய் முசலை பறிகொடுத்த வேட்டை நாய் அப்பா அவன். சிறுபிள்ளைத்தனமா பதட்டத்துலே ஏதாவது செய்திருப்பான்னுதான் (நடையில் சப்தம். பேச்சை நிறுத்தி இருவரும் பார்க்க. மாசாணம் வருகிறான்.)*

மாசாணம்: *பாட்டையா.*

பகுடி: *(அதட்டலாக) ஏண்டா இந்நேரம்? எங்கே சுத்திட்டு வர்ரே?*

மாசாணம்: நாகையன் கூட அவுக தோட்டத்துலே பேசிக்கிட்டு இருந்துட்டு வாரேன் அப்பா.

வெள்ளை: *(திடுக்கிட்டு)* ஓச்சாதேவரு தோட்டத்திலேயா!

பகுடி: நாகையன் கூட நடுச்சாமம் வரைக்கும் என்னடா பேச்சு உனக்கு? *(எழுந்து)*

மாசாணம்: அவன்தான் இருக்கச்சொல்லி அளுத்தினான், அப்பா!

பகுடி: அடே, பகுடிக்கு தங்கச்சி மட்டும் சத்துரு இல்லெ. மகனும்தான்னு காட்டப் போறியாடா!

மாசாணம்: அப்பா, நான் உங்களுக்கு சத்துருவா, என்ன!

பகுடி: *(அவனை நெருங்கி)* டே, கேட்கிறதுக்கு ஒழுங்கா பதில் சொல்லிப்போடு. நீ எங்கே இருந்து வாறே.

மாசாணம்: சத்யமா நாகையன் கூட...

பகுடி: உன் சத்தியம் கிடக்கட்டும்டா, நீ நம்ம காட்டுலே இருந்து வாறேன்னு சொல்லல்லெ. நீ அங்கேயும் இல்லெ. உங்க அத்... *(தடுமாறி சமாளித்து)* அவ தோட்டத்துக்கு அடுத்தாப்லே ஓச்சாத்தேவர் தோட்டத்துலே இருந்து வாரேன்னு சொல்றே. *(பாய்ந்து அறைகிறான்)*

மாசாணம்: *அப்பா!*

வெள்ளை: *(எழுந்து தடுக்க)* பகுடி!

பகுடி: என்னைத் தடுக்காதீங்க மாமா. அவனைக் கொலை பண்ணிப் போட்டுத்தான் மறுசோலி. இந்த மகன் எனக்கு வேண்டாம்.

வெள்ளை: *(பகுடி கையை சடக்கென உதறிவிட்டு)* கொஞ்சம் முன்னே என்ன சொன்னே, பகுடி! *(ஏளன சிரிப்புடன்)* மனித ரத்தம் பட்டதில்லேன்னியே, சரி, நான்

விலகிக்கிறேன். உன் மகனை உன் பிச்சுவா ருசி பாக்கட்டும். (கத்தி) மாசாணத்தேவர் வமிசம் அவனோடு தீர்ந்து போயிரட்டும். (நிலைகலங்க)

பகுடி: (தடுமாறி, வயிற்றைப் பிடித்துக்கொண்டு) மாமா... மாமா... (ஸ்டூலுக்கு நகர்ந்து உட்கார்ந்து கொண்டே) நீங்களே அவனை விவரம் கேளுங்க மாமா. கேளுங்க. எனக்கு நிதானம் இல்லெ. (வயிற்றை அமுக்கிக் கொள்கிறான்)

வெள்ளை: (நகர்ந்து மாசாணம் முதுகில் கைவைத்து) மாசாணம்!

மாசாணம்: (திரும்பி) பாட்டையா, ஆத்தா போனப்புறம் இண்ணே வரைக்கும் என் உடம்புலே அப்பாரு விரல் பட்டதில்லெ....

பகுடி: (உட்கார்ந்தே சீறி) ஆமடா, தீவச்ச கையைத்தொட்டு முத்தமிட்டுப்பாங்கடா. (பல்லைக்கடித்து) அந்தக் கையை என் கைத்தடியாலே முறிச்சு (தடிக்காக கண்களை சுழற்றி, குரல் மாற) எங்கே என் கைத்தடி.... (எழுந்து) காணமே. எங்கணே வச்சேன். (விழித்து நின்று நினைவுக்கு வர) ஆமா. அவ வீட்டிலே தான் மாமா!

வெள்ளை: தடி பத்திரமா இருக்கு. அதை பிறவு பேசிக்கிடுவோம்.

பகுடி: அடே, பஞ்சாயத்துக்கும் போலீசுக்கும் மாட்டிக்கிடாமே அம்பது வரைக்கும் தள்ளிட்டேண்டா நான். இப்போ, உன்னாலே (கைகளை மடக்கிப் பிடித்து) டே, குட்டி குலைச்சு தாய் தலையிலே வச்சது கணக்கா...

மாசாணம்: (நிதானமாக அழுத்தி) நான்தான் தீவச்சதுன்னு உறுதி பண்ணிட்டீங்களா அப்பா... (திரும்பி) பாட்டையா! (வெள்ளையத்தேவர் மவுனம்)

பகுடி: சரி, நீ இல்லெடா. அப்போ நான் நாளைக்கு போலீசு வந்து கேட்டா இல்லாட்டி பஞ்சாயத்து வச்சா நான் தான்னு ஒத்துக்கிடறேன். கம்பி எண்ணப் போறேன். இல்லாட்டி தண்டம் கட்டிப்போட்டு, இருக்கிற காடு மேட்டை பஞ்சாயத்தானுக்கு – அந்த புதுப்பணக்காரனுக்கு வித்துப்போட்டு பரதேசியாப்

போயிடறேன். நீ இன்னான் மகன்னு சொல்லிக்கிட்டு இந்த ஊரிலே நடமாடிக்கிட்டு இருடா.

மாசாணம்: *என்ன பாட்டையா! நீங்களும் சும்மா இருக்கிறீங்க. நானா தீ வச்சுது?*

பகுடி: *பின்னே யாரு? காலையிலே அந்தப் பய தலையை கிள்ற மாதிரி பேசி இருக்கே.*

மாசாணம்: *சும்மா அரட்டிக்கு சொன்னேன் (இளப்பச் சிரிப்புடன்) தைர்யம் இல்லாத பய, ஊரெல்லாம் விதைச்சுட்டான்.*

பகுடி: *என் கிட்டவாடா சொல்ல வாறே வெத்து மிரட்டுனு. நானும்தாண்டா அவளை மிரட்டிட்டு வந்திருக்கேன். வெளியே சொல்லிப்பாரு. ஒத்துப்பாங்கடா ஒத்துப்பாங்க.*

மாசாணம்: *பாட்டையா, நான் செய்யல்லெ. அப்பாரு என்னை நம்பவே மாட்டேங்குதே.*

பகுடி: *என்னைத்தானேடா நம்பச் சொல்றே. சரி, நம்பறேன். என் மகன்னு நம்பறேன். ஊரு நம்பணுமேடா.*

வெள்ளை: *மாசாணம், ஊருக்குத்தாண்டா நாம மெய்ப்பிக்கணும்.*

பகுடி: *இதுக்கு பதில் சொல்லுடா. கொட்டம் எரியுது. அதே நேரம் பக்கத்து தோட்டத்துலே இருக்கே நீ. வேடிக்கை பாத்துக்கிட்டு இருந்தே இல்லெ? நாகையன் தீயணைக்க ஓடி இருப்பானில்லெ? அவன் போனானே. நீ ஏண்டா போகல்லெ?*

வெள்ளை: *பகுடி!*

பகுடி: *(திரும்பி) என்ன மாமா?*

வெள்ளை: *அவனை நீ கேக்கறது நியாயம்தான். நான் கேக்கறேன். நீ ஏன் போகல்லெ? தெருவாலெ எல்லாரும் ஓடினதை பார்த்தெ இல்லெ?*

பகுடி: *(திடுக்கிட்டு சமாளித்து) இந்த வவுத்து வலி என் உசிரை வாங்கிக்கிட்டு இருந்ததே மாமா,*

வெள்ளை: *(பகுடியை நெருங்கி) என் முகத்தைப் பார்த்துச் சொல்லு. இல்லாட்டி நீ போயிருப்பியா? நிசம்மா!*

பகுடி: *(கலவரமாக, இழுத்து) ஆமா... நான்... போயி,..ருக்...க மாட்டேன். (ஆத்திரமாக) அவ சொத்து எப்படிப் போனா எனக்கென்ன.*

வெள்ளை: *(சிரித்து) பின்னே, நீ போய் அவனைக் கேக்கறியே.*

பகுடி: *சரி, மாமா. ஒத்துக்கிடறேன். இவனை எப்படி நம்பறது! அடே, கடைசித் தடவையாக் கேக்கறேன். எங்கப்பா இப்படித்தான் கேட்டபோது சாதிச்சேண்டா இல்லேன்னு. பாக்கு வெட்டி வந்து நெத்தி நடுவிலே விளுந்துடா... அந்தத் தளும்பு தாண்டா.*

வெள்ளை: *நிசம் தெரிஞ்சாத்தாண்டா, மாசாணம்! எதாவது வழி பார்க்க லாம்.*

மாசாணம்: *அப்பா! பாட்டையா! அவுங்க தோட்டத்துக்குள்ளே நான் நுளையவே இல்லெ. நாகையனை வேணா கேட்டுக்கிடுங்க.*

பகுடி: *(இளப்பச் சிரிப்புடன்) வேலிக்கு ஓணான் சாட்சியாடா? இல்லெ, அவனையும் மிரட்டி வச்சிருக்கியா?*

வெள்ளை: *மாசாணம், அவன் ஒனக்கு சாக்கி சொல்வானா, நீ சொல்றது நிசம்னா?*

பகுடி: *(கடுப்பாக சிரித்து) அவன் சொல்வான்னு இவன் எதிர்பார்ப்பானா, மாமா! அவன் அப்பன் சொக்கையா தேவர் தன் மகனுக்கு அழகுவை கட்டிக்கிட ஆசைப்பட்டவரில்லெ. என்ன அண்ணே, முறைமைக்காரன் இருக்கிறப்போ பேச்சை வெளியே விட்டுட்டீங்களேன்னு கேட்டுப் போட்டேன் நான். சரிதானப்பான்னு ரோசப்பட்டுக்கிட்டு போயிட்டாரு. அதுமுத நெருக்கமா பேசறதில்லெ. அவரு மகன் இவனுக்கு துணை நிப்பானா? அது கிடக்கட்டும் மாமா. இவன் நிசம்தான் சொல்றானா?*

வெள்ளை: *பகுடி, அவனை இனி கேக்கத் தேவையில்லெ.*

பகுடி: *(தயங்கியபின்)* நீங்க நம்பிட்டா நான் அத்தோடே விட்டுடறேன்.

வெள்ளை: ஆனா...

பகுடி: ஆனா... *(வியப்புடன்)*

வெள்ளை: நீயும் நானும் அவனை நம்பிட்டா போதாது. நானும் உங்களை நம்பிட்டா போதாது.

பகுடி: ஊர் நம்பணுமேன்னு சொல்லவறீங்க.

வெள்ளை: *(தலையசைத்து)* அதுக்குத்தான் நாளை காலையிலே பஞ்சாயத்துக் கூட்டம் வச்சிருக்குது சாவடியிலே.

பகுடி: *(திடுக்கிட்டு எழுந்து)* பஞ்சாயத்தா! சும்மா பேச்சுக்கு பஞ்சாயத்து, போலீசுன்னு சொல்லிக்கிட்டிருந்தேன். நிசம்மாவே பஞ்சாயத்தா?

வெள்ளை: *(தலையசைத்து)* அங்கி அவ சமுசயத்தைச் சொல்லப் போறா.

மாசா: எங்க மேலேயா, பாட்டையா!

வெள்ளை: அவ உறுதியா நம்பறா நீங்கதான்னு.

பகுடி: *(ஆத்திரமாக)* அவ நம்பறாளா! அவளா! அவளை–

வெள்ளை: அவ பொம்பளை, பகுடி.

பகுடி: *(கேலியாக)* ஏன் பஞ்சாயத்துக்குப் போறா...போலீசுக்குப் போகல்லியா, கண்குளிர அண்ணனை லாக்கப்பிலே வச்சுப் பாக்கலாமில்லெ.

வெள்ளை: *(நிதானமாக)* அவ போலீசுக்குத்தான் போனா.

பகுடி: என்ன! *(கர்ஜனையாக)*

வெள்ளை: *(நிதானத்துடன்)* நான்தான் மடக்கி பஞ்சாயத்துக்கு ஏற்பாடு செய்திருக்கேன்,

மாசா: பஞ்சாயத்துக்காரரு தூபம் போட்டிருப்பாரு.

வெள்ளை: பாலுவாச் செய்யல்லெ.

பகுடி: *அவ அந்தா தொலைக்கும் போயிட்டாளா? (கறுவி)*

வெள்ளை: பகுடி, மறுவாட்டி சொல்றேன், அவ பொம்புளெ. நீ அரட்டி இருக்கே. அவ அருண்டு போயிட்டா, ஆம்பளைத்துணை இல்லாதவ அவ. அதை உன் மனசிலே போட்டுக்க. அண்ணனே முறண்டிக்கிட்ட பிறகு யோசனை பண்ணிப்பாரு, பாலு கிட்டத்தானே சொல்லுவா. பாலு ஆளனுப்பு முந்தி நான் போனது எவ்வளவு நல்லாப் போச்சு. உங்க ரெண்டு பேரையும் கூட்டத்துக்கு கூட்டியாரதாக நான் ஒத்துக்கிட்டு வந்திருக்கேன்.

பகுடி: ஒத்துக்கிட்டா வந்திருக்கீங்க, நீங்களா!

வெள்ளை: ஏன், கிழட்டுப் பயலே ஏன் ஒத்துக்கிட்டு வந்தேன்னு கேக்கப் போறியா?

பகுடி: *(பதறி) மாமா, மாமா! (நிலை கலங்கி)*

வெள்ளை: உன் கேள்விக்கு வேறே என்ன அர்த்தம்? என் சொல்லை காப்பாத்தாட்டி விடு. என் ரெண்டு கண்ணுலே ஒண்ணை ஒண்ணு குத்திக்கிட முண்டி நிக்குது. நான் அதுக்கு நடுவிலே வந்தேன் பாரு.

மாசா: பாட்டையா, *(உணர்ச்சியுடன்)* உங்க சொல்லுக்கு கட்டுப்படறோம்.

வெள்ளை: *(கிளர்ந்து அவனைத் தொட்டு)* மாசாணம், *(கண்களை துடைத்துக் கொண்டு)* பகுடி *(குரல் தழதழக்க)*

பகுடி: *(உணர்ச்சிவசப்பட்டு)* அப்பனுக்கும் சேர்த்து மகன் வாக்குக் கொடுத்துட்ட பிறகு–

வெள்ளை: *(பகுடியைத் தொட்டு)* நியாயம் நம்மகிட்ட இருந்தா எந்த சோடிச்ச கேசும் நிக்காது. ஆனா பஞ்சாயத்தாருக்கு எப்படிப் படுதோ அதுதான் முக்யம். பஞ்சாயத்துலே நிரூபிச்சுக்கிடுங்க. முடியல்லே, கட்டுப்படணும்.

பகுடி: எதுக்கு மாமா?

வெள்ளை: *ஊர் வாக்கை அவமதிச்சிரக் கூடாது.*

பகுடி: *(உணர்ச்சியுடன்) என்னை பூனையா ஆக்கிட்டீங்களே மாமா. சரி, அதுக்கும் என் வாக்கு. ஆனா...*

வெள்ளை: *என்னப்பா?*

பகுடி: *(உறுதியான குரலில்) நானும் என் மவனும் செய்யாத குத்தத்துக்கு தண்டம் கட்டிப் போட்டு, அது இல்லாட்டியும் குத்தவாளின்னு ஊராரு முன்னே பஞ் சாயத்தாரு முடிவை கேட்டுக்கிட்டு நான் இந்த, ஊரிலே நடமாடிக்கிட்டு இருப்பேன்னு நினைக்காதீங்க மாமா. (குரலை உயர்த்தி) இந்தப் பய செய்து போட்டான்னு துப்பு கிடைச்சதுன்னா, (பல்லைக்கடித்து) இது வாழைக் குலையை சீவின கைதானே, இவன் தலையையும் சீவிப் போட்டு நானும் நாண்டுக்கிடுவேன். மாசாணத் தேவர் வமிசம்–*

வெள்ளை: *பகுடி! (ஆவேசமாய் அவன் கன்னத்தில் அறைந்து தடுமாறிய குரலில்) என்ன வார்த்தை சொன்னே? என் கிட்டவா. (தடுமாற) (தன் கன்னத்தை தடவாத பகுடி விரைந்து அவரைத் தாங்க)*

பகுடி: *மாமா!*

வெள்ளை: *(தழதழத்த குரலில்) பகுடி, சின்னப் பயலா உன்னை நிறைய அடிச்சிருக்கேன். இப்போ அம்பதுக்கு அப்புறம் உன்னை... (குரல், உடல் நடுங்க)*

பகுடி: *(சாதாரணமாகச் சிரித்து) இப்பத்தானே மாமா மாசாணம் சொன்னதை கேட்டீங்க. அவன் ஆத்தா போனப்புறம் என் விரல் பட்டதில்லேன்னான். அப்பாரு அடியெல்லாம் எனக்கு மறந்து போச்சு. உங்க அடி அதை நினைவூட்டிச்சு இப்போ.*

வெள்ளை: *போகுது. இன்னொரு வாட்டி இப்படிப் பேசாதே. மாசாணத் தேவர் வமிசம் நெட்டுக்கு நீளணும். சரி. அகாலமாயிருச்சு. நான் வாறேன். தவறாமே வந்திருங்க கூட்டத்துக்கு.*

மாசா: *பாட்டையா, அளுத்திச் சொல்றீங்களே. ராவுக்கு ராவே மேக்காலே ஓடிப் போயிருவோம்னு பயமா? (சிரிக்க)*

வெள்ளை: போலீசுக்கு அகப்படாமே அப்படி ஓடினவங்க உண்டு தம்பி. அந்தத் தலைமுறை போய் நாளாச்சு. (புறப்பட்டு இரண்டு எட்டு நடந்தவர் திரும்பி) ஒரு விஷயத்தை மறந்துட்டேனப்பா.

பகுடி: *என்ன மாமா? (இருவரும் திகைத்துப் பார்க்க)*

வெள்ளை: ஒண்ணும் பெரிய விசயம் இல்லெ, கூட்டத்துக்கு வெறும் கையா வரணும், புரியுதா?

மாசா: *(சடக்கென) அருவா, பிச்சுவா ஏதோண்ணும் கொண்டாரக் கூடாது அதானே. அதுக்கும் சரிக் கொடுத்திருங்கீங்களா பாட்டையா? (சிரித்து)*

வெள்ளை: பொடிப்பயலே, பரிகாசமா பண்றே, ஹும்!

பகுடி: *பல்லுக்குத்தற குச்சி கூட கொண்டாரல்லே. சரிதானே மாமா.*

வெள்ளை: (பகுடியை தட்டிக் கொடுத்து) வாறேன். (புறப்பட)

பகுடி: *(திடீரென நினைவுக்கு வந்த குரலில்) மாமா, தடிக் கம்பு விசயம்?*

வெள்ளை: (திரும்பி) பார்த்தியா! பல பேச்சுலே அது மறந்து போச்சு. உன் தடியை விடியவும் மொக்கையன் கொண்டாந்து கொடுப்பான். பய தோட்டத்திலே இருக்கான்.

பகுடி: *(திடுக்கிட்டு) அவன் கைக்கு என் தடி எப்படிப் போச்சு மாமா? (கலவரமாக)*

வெள்ளை: அங்கியோடே பேசிக்கிட்டு இருந்தப்போ மொக்கையன் வந்து தீ விவரம் சொன்னான். அங்கிக்கு, சமாதானம் சொல்லிப்போட்டு நான் தோட்டத்துக்கு. புறப்பட்டேன். ஒரு தடி கைக்கு காவலா கேட்டேன்.. அந்தக் குட்டி அழகு கொண்டாந்து கொடுத்திச்சு.

மாசா: *அப்பாரு தடியைக் கொடுத்திருச்சா?*

வெள்ளை: பதட்டத்துலே அதுக்கு தோணல்லெ. காட்டை சுத்திக்கிட்டு வாரப்போ மொக்கையன் கேட்டு அவசரமா தடியை வாங்கிட்டுப் போனான். எதையாவது கிண்டிப் பார்க்க இருக்கும். புறவு நான் அவனை பாக்க முடியல்லே கூட்டத்துலே. கூவிப் பாத்தேன், வாரல்லெ. சரி கொண்டிட்டு வாரான்னு வந்துட்டேன். அங்கி விவரம் சொல்லவும் தான் உன் தடின்னு கண்டுக்கிட்டேன்.

மாசா: மொக்கையன் மறக்காமே கொண்டாந்துடுவானில்லே.

வெள்ளை: வாராமே. பகுடி, உன் தடியைக்கூட மறக்கும்படியா அவ்வளவு போடுசுலே இருந்திருக்கே. இப்படி கோபம் பளியா வரக்கூடாதுப்பா. காலையிலே அவன் இல்லாட்டி நானே கொண்டாந்து தாரேன்.

பகுடி: நீங்க சிரமப்பட வேண்டாம் மாமா. அது உங்ககிட்டவே இருக்கட்டும். தடிக்குள்ற இருக்கிறது உங்களுக்குத் தெரியுமே.

மாசா: ஆமாம், பாட்டையா! உங்களுக்குச் சந்தேகம் இல்லாமே போயிரும். *(கிண்டலாக)*

வெள்ளை: அடே விடலைப்பயலே, அந்த ஒரு தடியாலே என் சந்தேகம் தீர்ந்து போயிரும்னா அது எனக்குப் பெருமை தாண்டா. *(பகுடியை பார்த்து)* தாய் அறியாத சேய் இல்லைன்னு பழமொழி. *(திரும்ப மாசாணத்தைப், பார்த்து)* என் மருமவனை எனக்குத் தெரியும் உன்னைத் தாண்டா தெரியாது. அதேபோலே பாலுவைத் தெரியும். சுத்தமானவன். இல்லாட்டி ஊரு அவனைப் பஞ்சாயத்துக்கு முகாமையாப் போட்டிருக்குமா? ஆனா, அவன் மகனை, உன் பழய சேக்காளியைத் தெரியாது. நீங்க இந்தக் காலத்துப் புள்ளைக!

மாசா: உங்க மருமவனுடைய மகன், நான்! பாட்டையா?

பகுடி: *(அரைப் புன்னகையுடன்)* சரி, பாட்டையாவுக்குத் தடி எடுத்துக் கொடு.

வெள்ளை: *அட, எதுக்கு? தோட்டத்திலே இருந்தே கம்பு இல்லாமே வந்திருக்கேன்.*

பகுடி: *சரி மாசாணம், மாமன் வீடுவரை போயிட்டு வா.*

வெள்ளை: *நான் அங்கி வீட்டுக்குப் போறேன். (பகுடியைப் பார்க்க)*

பகுடி: *நீங்க எங்க போறீங்கன்னு உங்களை நான் கேட்கல்லெ மாமா. உங்க துணைக்கு அவனை அனுப்பறேன். மாசாணம், போயிட்டுவந்து திண்ணையிலே படுத்துக்க. (இருவரும் போகவும் பகுடி முக்காலியில் உட்கார்ந்து) நாகபாசத்தாலே கட்டிப்போட்ட மாதிரி வாக்கு வாங்கிக்கிட்டுப் போயிட்டாரு மாமன். ஹும்! (வயிற்றைப் பிடித்துக்கொண்டு முனகி கட்டிலில் படுக்க)*

காட்சி-4

(அங்கம்மா வீடு. கதவு தட்டப்படும் சப்தம்)

அங்க: *(கண்விழித்து) யாரு...? நல்லாத் தூக்கிட்டேனா! இல்லாட்டி விடிஞ்சு போயிருச்சா!*

வெள்ளை: *அங்கி, கதவைத் திற!*

அழகு: *(விழித்து) பாட்டையா அம்மா, (எழுந்து) போய் திறக்கிறேன். (போகிறாள்)*

அங்க: *(படுக்கையை சுருட்டிவிட்டு ஸ்டூலை எடுத்துப் போட்டு)* வாங்க மாமா. *(வரவும்)* இருட்டோடே ஏந்திரிச்சு வந்திருக்கீங்க. வாசல்லெ கருப்பு மசங்கல்லெ.

அழகு: *(வந்து நின்று)* ராமுச்சூடா பாட்டையா தூங்கவே இல்லெ போலிருக்கு.

வெள்ளை: எனக்கு தூக்கம் வேறேயா குட்டி. என் மடியிலே புரண்ட ரெண்டும் என்னை வச்சு அம்மானை ஆடுதுக. உங்க தூக்கத்தை கெடுக்க வேணாம்னுதான் பொறுத்து வந்தேன்.

அங்க: நான் எங்கே தூங்கினேன் மாமா. கெட்ட சொப்பனமா கண்டு கண்டு முளிச்சுக்கிட்டேன். கோரமான

ரூபத்தோடே அவன் அழகுவை ஒரு கையிலே அலக்கா தூக்கிட்டுப் போறான். அவ அம்மான்னு அலர்றா அவன் கை புலிப்பாதம் மாதிரி இருக்கு. அவ குதிக்கப் பாக்கறா. கீழே கெடு பள்ளம். அதுலே தீக் கங்கா ரொம்பிக்கிட்டு இருக்கு. நான் அந்தரத்திலே நிக்கிறேன். பறவை மாதிரி கையை விரிச்சுக்கிட்டு. என் கை காசு அகலம்தான் இருக்கு. அவ குதிக்கவும் முடியாமே இருக்கவும் முடியாமே கதர்றா. நான் அலறி முளிச்சிக்கிட்டேன். (குரல் நடுங்க)

வெள்ளை: சொப்பனத்தை விடும்மா. நாம கோணலு மாணலுமா நினைச்சுக்கிட்டு படுத்தா அதெல்லாம் குளம்பிப் போய் பயாஸ்கோப்பு கணக்கா தெரியுது. அது போகுது. வந்த விசயத்தை சொல்லிப் போடறேன்.

அங்க: புதுசா எதுவும் உண்டுமா மாமா?

வெள்ளை: இண்ணைக் காலைலெ ஒன்பது மணிக்கு சாவடிக்கு நீயும் உன் மவளும் வரணும்.

அங்க: (பதறி) என்ன, போலீசு இங்கே வீட்டுக்கு வந்து தனியா விசாரிக்க மாட்டாங்களா! ஊரைக் கூட்டி வச்சா !

வெள்ளை: அங்கி, போலீசே வரமாட்டாங்க.

அங்க: (கலவரப்பட்டு) போலீசுக்கு தகவலு கொடுக்கல்லியா? பஞ்சாயத்துக்காரரு (தடுமாறி) அவ்வளவு உறுதியாச் சொல்லிட்டுப் போனவரு—

வெள்ளை: பாலு மாறல்லே. நான்தான் தடுத்துப் போட்டேன்.

அங்க: (வேகத்தோடு) நீங்களா மாமா! நான் சொன்னதை கேட்டுக்கிட்டு அவரு வீட்டுக்குப் போனீங்களா? நான் உங்ககிட்ட சொல்லி இருக்கக் கூடாது.

வெள்ளை: (எழுந்து) அங்கி, என்ன சொன்னே? (கத்தி) அண்ணனை பளி வாங்கிற வெறியிலே மாமனையா மிதிச்சுப் போட்டே. (தடுமாறி) என்கிட்ட சொல்லிப் போட்டதுனாலே உன் காரியம் கெட்டுப் போச்சுன்னா நினைக்கறே. ஆமாம். நீ அவனை அளிச்சுப்

போடணும்னு ஆத்திரப்படறே. அவன் உன்னை அளிக்கப் பார்க்கிறான்னு நம்பிக்கிட்டு. இதோ பாரு. நீ அவனை அளிக்க விடமாட்டேன். அவனும் உன்னை அளிக்கப் பாத்துக்கிட்டு இருக்கமாட்டேன். உங்க ரெண்டு பேருக்கும் நடுவிலே என் பொணம்தான் கிடக்கும். ஆமா.

அங்க: மாமா, மாமா! *(நடுநடுங்கி)*

அழகு: அப்படி எல்லாம் பேசாதிங்க பாட்டையா! *(அழுகை தொனிக்கும் குரலில்)*

வெள்ளை: உங்காத்தா பேச வச்சிருச்சே, குட்டி!

அங்க: குழப்பத்துலே தப்பா பேசிட்டேன் மாமா. உங்களை தூக்கி எரியற நினைப்புலெ இல்லெ. அவன் இன்னும் என்னெல்லாம் செய்வானோ என்கிற பயம்தான் மாமா எனக்கு..

வெள்ளை: *(சாந்தமாகி)* சித்தெ முன்னே அவனும் ஒரு தினிசா கேட்டான். ஆனா தடிப்பாக இல்லெ, மறு சொல்லுக்கு ஒத்துக்கிட்டான்.

அங்க: எதுக்கு மாமா ஒத்துக்கிட்டான்?

வெள்ளை: பஞ்சாயத்துக்கு.

அங்க: *(பதறி)* பஞ்சாயத்தா!

வெள்ளை: பின்னே, போலீசுக்குப் போகாட்டி மாத்து? நியாயம் எங்கிட்டு இருக்குன்னு தெரிய வேண்டாமா, அங்கம்மா?

அழகு: அம்மா, பாட்டையா நம்ம நல்லதுக்குத்தான் செய்திருப்பாரு.

அங்க: ஆமடி, நீ எனக்கு சொல்லணும். *(திரும்பி)* மாமா, அவன் ஒத்துக்கிட்டானா பஞ்சாயத்துக்கு?

வெள்ளை: கட்டுப்படுதேன்னும் சொல்லிட்டாங்க, அப்பனும் மகனும்.

அங்க: நீங்களே இதை என் காது கேட்க சொல்லாட்டி நான் நம்பியே இருக்க மாட்டேன் மாமா. இதுவரை யாருக்கும்

வணங்காத தலை மாமா அது. அப்பாரு. எதுக்கவே நிமிந்து நின்னுதானே பேசுவான்.

வெள்ளை: *(சிரித்து)* அவன் ஒண்ணு சொன்னாம்மா.

அங்க: என்ன மாமா!

வெள்ளை: என்னை பூனையா ஆக்கிட்டீங்களேன்னான். கூட்டத்துக்கு ஆயுதம் ஏதொண்ணும் கொண்டாரக் கூடாதுன்ன போது

அங்க: அவனே உங்க சொல்லுக்குப் பூனையாகிட்டான்னா நான் புளு, என்ன சொல்ல இருக்கு மாமா!

வெள்ளை: அவன் பூனையும் இல்லெ. நீ புளுவும் ஆக மாட்டே. இண்ணைக்காவது மாமன் பேச்சை ரெண்டு பேரும் ஒத்துக்கிட்டீங்களே.

அங்க: குத்திக்காட்றீங்களே மாமா, உங்க சொல்லை–

வெள்ளை: உங்க ரெண்டு பேருக்கும் அண்ணைக்குச் சொன்னதை எல்லாம் அதுக்குள்ளே மறந்திருக்க மாட்டீங்க... *(எழுந்து)* சரி, அதெல்லாம் இப்ப பேசி புண்ணியம் இல்லெ. நாளைக்கு சாவடிக்கு வந்துடுங்க.

அங்க: நாங்களே வாரதா?

அழகு: நீங்கதான் பாட்டையா எங்களை கூட்டிப்போகணும்.. எனக்கு பயமா இருக்கு

வெள்ளை: சரி, குட்டி. *(சிரித்து)* என் மடியிலேயே உன்னை உக்காத்திக்கிடறேன், எந்த நாய்ப்பய தொட வருவான் பாக்கறேன். *(மூவரும் சிரிக்க)*

அங்க: நாம ஒண்ணு நினைச்சா அது ஒண்ணு நடக்குது,

வெள்ளை: அங்கம்மா, நீ விவரம் தெரியாதவ இல்லை, இந்தக் குட்டி கணக்கா. போலீசுக்கே சொல்லிப் போடறோம்னு வச்சுக்க. உன் அண்ணன் போலீசுக்கு கையை இந்தான்னு காட்டி, விலங்கை மாட்டுங்கன்னு சொல்வான் இல்லெ, அதோ பாரு *(கையை மேற்கே காட்ட)*, அந்த தெசையிலே–

அங்க: கொக்குக்கரடு.

வெள்ளை: *அதுக்கும் மேக்கே?*

அழகு: வேங்கைமலை, பாட்டையா.

வெள்ளை: போலீசு பூடுசு சத்தம் ஓடைக்கும் கிளக்காலே – கேக்கும் முன்னே அப்பனும் மகனும் விரசலா (*மேற்கே காட்டி*) நடந்துட்டாங்கன்னா... பத்து நிமிசம் வச்சுக்க. அது போதும். அப்புறம் மலையைப் பூரா பீரங்கி வச்சுத் துளைச்சாலும் அவுகளை பிடிக்க முடியாது, போலீசு பூடுசுக்கே தடம் தெரியாது அரைக்கல்லு போயிட்டா. வேத்தாளு பாதம் அந்த மலையை மிதிச் சதில்லெ. நம்ம முப்பாட்டான் முத்திருளுத் தேவரைப் பத்தி கேட்டிருக்கே இல்லெ.

அழகு: நான் கூட கேட்டிருக்கேன்.

வெள்ளை: அவரு பத்துக் கொல பண்ணிப்போட்டு பத்து வருசம் அந்த மலையிலேயே இருந்திருக்காரு. அவரு செத்து நம்ம ஊருக்கு கொண்டாந்து எரிச்சப்புறம் தான் போலீசுக்கே தெரிஞ்சுச்சாம். நீ என்னமோ பேசறே.

அங்க: புரியுது மாமா. பொம்புளெ மனசுக்குத்தான் கலக்கமா இருக்கு. சிறு குட்டியா பஞ்சாயத்து நடக்கிறதை வேடிக்கை பாத்திருக்கேன். அதுக்குப் பிறகு இத்தினி வருசமா அந்தப் பக்கம் எட்டு வச்சதில்லெ. இப்போ, நானே அண்ணனுக்கு எதிரா... ஹூம்! (*பெருமூச்சு*)

வெள்ளை: (*கிண்டலாக*) ஏது அண்ணன்னு சொல்லிட்டே, வாய் தவறி வந்திருச்சா. (*சிரித்து*) உன்னை மட்டும் சொல்லி என்ன. அவனும் ஒதுக்கித்தான் பேசறான்.

அங்க: என் விதியைத்தான் மாமா நொந்துக்கிடறேன்.

வெள்ளை: (*அவளை கூர்ந்து பார்த்து*) அண்ணைக்கு பாரதம் படிச்சாங்களே. நினைவு இருக்கா?

அங்க: எண்ணைக்குப் படிச்சதை சொல்றீங்க மாமா?

வெள்ளை: பாண்டவங்களும் கௌரவங்களும்

மோதிக்கிட்டிருக்கிறாங்க குருசேத்திரத்துலெ. அர்ச்சுனன் தாயாதி பந்தானத்தை எதுக்கப் பாத்துப்போட்டு மலைச்சு நிக்கறான். இத்தனை பேரை கொன்னுபோட்டா நாட்டை தரும்பப் பெறணும்னு. அந்த மாய கிருஷ்ணன் தான் அவனுக்குத் தேரோட்டியா, அவனுக்கு புத்தி சொன்னாரு.

அழகு: (மறித்து) அர்ச்சுனா, போர்க்களத்துலே நின்னுக்கிட்டு பந்தம் பாசம் பாக்காதேன்னாரு.

வெள்ளை: அட, குட்டி நல்லா நினைவு வச்சிட்டிருக்கே. அதேதான் உங்க ஆத்தாளுக்கும் சொல்றேன். அதுக்கு, முன்னாடியே யோசனை இருந்திருக்கணும், இப்ப நட்டாத்துலே நின்னுக்கிட்டு வார வெள்ளத்தை பாத்து மலைச்சு நிக்கிறதுலே லாபம் ஏதும் உண்டுமா, அங்கி?

அங்க: என் நிலைமை அப்படித்தான் மாமா இருக்கு.

வெள்ளை: வமிசமே காணாதபடி மாசாணத்தேவர் மகளும் மகனும் வாதுக்கு நிக்கப்போறீங்க. ஹும்... ஊரு நாய் பேய் பார்த்து சிரிக்கும்படியா! மாசாணத்தேவர் குடும்பம் சீன்னு போயிரக்கூடாதுன்னு இன்னமும் மாரியாயியை வேண்டிக்கிட்டுத்தான் இருக்கேன். ஹும். உரல்லே தலையைக் குடுத்தாச்சு.

அங்க: மாமா, பொருளுக போனதெல்லாம் கூட போகட்டும். இல்லேன்னு நினைச்சுக்கிடறேன். ஆனா, இந்தக் கலியாணம் நடந்தாகணும். அதுக்கு நீங்க எனக்கு வழி செய்துப்போட்டா போதும்.

வெள்ளை: கிளவன் மேலே ரொம்ப பொறுப்பை சுமத்திராதேம்மா. பகுடிக்காக எதுவும் ஒத்துக்கிடுவேன். என் மருமவன். அந்தப் பயலைத்தானம்மா மதிக்க முடியல்லெ. அவனுக்கு வாரது நளுவிருச்சா இல்லையா? சரி. என்ன விதாயம் ஆகுதோ பாப்போம். பஞ்சாயத் துக்கு வந்துட்ட பிறகு நம் கையிலே என்ன இருக்கு?

அழகு: சரியான சாட்சி இருந்தாப் போதுமில்லே, பாட்டையா?

வெள்ளை: ஹும்! போதும் போதும். ஆனா நீ வச்சதை

நேருக்க பாத்த சாட்சி ஏதும்மா? பகுடி இங்கிட்டுத்தான் இருந்திருக்கான். மேக்காலே போகவே இல்லெங்கறான். நம்புருதா நம்பாமே இருக்கிறதா. அந்தப் பய மேக்காலே, அதுவும், அங்கி, பக்கத்து ஒச்சாத் தேவர் தோட்டத்துலே நாகையன் கூட பேசிக்கிட்டு இருந்திருக்கான் தீ எரிகிற நேரத்துலே.

அங்க: (திடுக்கிட்டு) அங்கேயா இருந்திருக்கான். சண்டாளப்பாவி! தீயை வச்சுப்போட்டு! வேடிக்கை பாத்துக்கிட்டு இருந்திருக்கான்! படுபாவி.

வெள்ளை: நான் கூட அவனை வேடிக்கையாடா பாத்துக்கிட்டு இருந்தே. நாகையன் கூட போகமேன்னு கேட்டேம்மா. முகத்தை கடுப்பா வச்சுக்கிட்டு பேசறான், அவுக தோட்டத்துக்குள்ளே மிதிக்கவா?

அங்க: தீ வக்க மட்டும் மிதிக்கலாமாக்கும்?

வெள்ளை: உங்க தோட்டத்துக்குள்ளேயே அவன் போகலேங் கறான்னு சொல்றேன். அங்கி, எதையம்மா நம்பறது. கள்ளன் சத்தியம் என்பாங்க. நிக்கவச்சு ரம்பத்தாலே களுத்தை அறுத்தாக்கூட வாயை விட்டு ஒரு வார்த்தை சொல்லாத ஆளுக உள்ள சாதிம்மா இது. பதினெட்டாம்படியான் ஒருத்தனுக்குப் பயந்தாத்தான் உண்டு. அதுக்கும் பயப்படாத ஆளுகளும் இல்லாமே இல்லெ .

அழகு: அப்போ, எப்படி பாட்டையா பஞ்சாயத்து பண்ணுவாங்க.

வெள்ளை: அது அவுக பாடு, குட்டி. அங்கி, உன் சமுசயத்தை எப்படிச் சொல்லுவியோ சொல்லு. அவுகளும் எதை வச்சு வளக்காடுவாங்களோ செய்யட்டும். ஆனா ஒண்ணு தீர்ப்புக்கு கட்டுப்படணும்.

அங்க: எதைப்பத்தின் தீர்ப்பு மாமா! (திடுக்கிட்டு)

வெள்ளை: (சிரித்து) கலியாணப் பேச்சு திரும்பிவராதும்மா. அது தீர்ந்துபோன விசயம். அது சொந்த விசயமும் கூட.

அங்க: (நிம்மதிக்குரலில்) மத்த எதுக்கும் கட்டுப்படறேன்.

அவனே கட்டுப்படுற போது.

வெள்ளை: *(எழுந்து)* சரி, நான் வாறேன், அண்ணனுக்கு சரியான தங்கச்சிம்மா நீ... இருந்தாலும்... அழகு, உங்க ஆத்தாவுக்கு இந்த அடம் ஆகாது.

அழகு: பாட்டையா! அம்மா, அண்ணனுக்கு தங்கை. அம்மாவுக்கு மக. அப்பாவுக்கு மக.

(மூவரும் சிரிக்க)

வெள்ளை: நடந்ததை சொல்லிடு அங்கி.

அங்க: கூடக் குறைய நான் ஏன் சொல்லப்போறேன் மாமா. அவுங்க சொன்னதே பத்தாது? அவன் வேணா சொல்லல்லேன்னு சத்தியம் பண்ணிட்டு போகட்டும். *(கடுப்பாக)*

அழகு: கூட்டத்திலே *(கலவரமாக)* கலகம் கச்சிறா எதுவும் வந்திராதே.

அங்க: ஆமடி, இப்போ கேளுடி அதை. தானா வருவிச்சுக்கிட்டு.

வெள்ளை: அது ஏற்கெனவே அருண்டுபோய்க் கிடக்குது. விளையாட்டுக் குட்டி. நீ வேறே கரிக்காதே. நான் தான் உரலு உபமானம் சொன்னேனே. அழகு, உன்னை ஏதாவது கேட்டா உளறாமே சொல்லு. வாறேன். *(புறப்படப் போக)*

அழகு: மாமன், தடியைப் பத்தி கேக்கல்லியா பாட்டையா?

வெள்ளை: கேட்டாம்மா. *(திரும்பி)* விவரம் சொல்லி காலை யிலே மொக்கையனோ நானோ கொண்டாந்து தரதாக சொன்னேன். வேணாம் பாட்டையா உங்ககிட்டவே இருக்கட்டும்னுட்டான். யுக்தியா பேசினான்

அங்க: அ, இது இல்லாட்டி அவன் கிட்ட எத்தனையோ... *(பேச்சை மாற்றி)* மொக்கையன் இன்னும் வாரல்லே மாமா. தோட்டத்துலே இன்னும் என்ன பண்ணிக்கிட்டு இருப்பான்.

வெள்ளை: வரல்லியா, அரைச் சமத்துப்பய! தோட்டத்துலே

எங்கேயாவது படுத்துக்கிடப்பான். பொணமா தூங்கி.

அழகு: அவன் படுத்தான்னா அப்புறம் யாராவது கும்பகர்ணனை எளுப்பினாப்லே எளுப்பினாத்தான். இல்லாட்டி அவனா ஏந்திருக்கிறபோது தான்.

அங்க: (சிரித்து) தோட்டமே கதின்னு கிடப்பானே பய. அவன் செத்தாலும் தோட்டத்துலேதான் சாவான். என் வவுறை விட அவன் வவுறுதான் எரிஞ்சிக்கிட்டிருக்கும். அது மேலே அப்படி உசிரு அவனுக்கு.

வெள்ளை: சரி வாறேன். தடிக்கம்பை என்கிட்ட கொண்டாந்து கொடுக்கச் சொல்லு. (திடீரென ஏதோ நினைவுக்கு வந்தது போல) பரர்த்தியா, மறந்தே போச்சு. அந்தப் பயதானம்மா உங்களுக்கு முதல் சாக்கி. தீயை முதக்க பாத்தவன். வக்கணையாச் சொல்லணுமே பஞ் சாயத்துலே. அப்புராணிப்பய. புரட்டிக் கேட்டா உழன்டு டுவானே. அவன் வாரவும் என்கிட்ட அனுப்பு அங்கி.

அங்க: ஆகட்டும் மாமா. (போகும் அவரை அனுப்பப் போகிறாள்)

அங்க: (ஸ்டூலில் உட்கார்ந்து) போலீசு கையிலே போயிட்டி ருந்தா நிம்மதியா இருந்திருக்கும். இப்போ ஊர் ஆளுக முன்னாலே நின்னுக்கிட்டு... கண்டமேனிக்கு கேள்வி கேட்க... ஹும்! இவ்வளவும் செய்து போட்டு (பல்லை கடித்து) பஞ்சாயத்துக்கு வர ஒத்துக்கிட்டு இருக்காங்களே அப்பனும் மகனும். என்ன நெஞ்சுத் துணிவு இருக்கணும்.

அழகு: இல்லாட்டி அவுங்க இல்லையாம்மா? இருக்காதம்மா.

அங்க: (ஆத்திரமாக) நம்ம தோட்டத்துக்குன்னு சீமை விட்டுச் சீமை வந்திருக்கப் போறாங்களோ வேறே ஆளுக! ஆனா, மாமனே தடுமாறுதே. ஹும். அழகு, நீ ஒரு சின்னப் பொறி வச்சது சுவாலையா பத்திக்கிரிச்சு பாருடி.

அழகு: இவ்வளவுக்கு வரும்னு நான் நினைக்கவே இல்லைம்மா.

அங்க: உனக்கு எப்படி நினைப்பு வரும். படிச்ச பெண்ணு.

எங்களுக்கு மேலே புத்தியுள்ளவ! உன் பேச்சைக் கேட்டு நான் புத்தியை இளந்தேன் பாரு. (கடுப்பாக) வலுக்கட்டாயமா கட்டிப் போட்டிருந்தா–

அழகு: *(பதறி)* அம்மா, உனக்கு சங்கடமா இருந்தா இந்தக் கலியாணத்தை நிறுத்திப் போடும்மா,

அங்க: *(பயங்கரமாக)* என்னடி சொல்றே?

அழகு: *(குரல் கம்ம)* நான் கலியாணமே பண்ணிக்கிடலே.

அங்க: என்ன! *(பாய்ந்து கன்னத்தில் அறைந்து)* ஏண்டி, புதுசு புதுசாவா கரடிவிடறே. தலைமேலே கல்லைப் போட்டாப்புலேயா வார்த்தை, ஹூம்! அண்ணன் சொத்தை கரியாக்கினான். மக என் முகத்திலே கரியைப் பூசப் போறியாடீ!

அழகு: அம்மா *(அழுகைக் குரலில்)*–

அங்க: உன் சொல்லை அறியாப்புள்ளேன்னு தள்ளிடுவா, நாற்பத்தஞ்சு வயசானவ, முடிச்ச பேச்சை முறிச்சா ஊரு சிரிக்கும். காரை வீட்டுக்காரி தெக்கேயும் வடக்கேயும் நடமாட முடியாது தெருவிலே. பஞ்சாயத்துக்காரருக்கு கொடுத்த சொல்லு நிக்கணும். முடிவு எதுவும் ஆகட்டும் பஞ்சாயத்துலே எக்குத்தப்பா அவுங்க முன்னே இப்படி உளறினே... *(குரலை தணித்து)* நீ அப்போ சொன்னியே குளம் குட்டைன்னு அதிலே தாண்டி என்னைப் பாக்கலாம், முதக்கிறதை,

அழகு: *(அம்மாவின் வாயை பொத்தி அழுகை தொனிக் குரலில்)* கோணாமானா பேசாதேம்மா நீ. நீ கிழிச்ச கோட்டை தாண்ட மாட்டேன். சத்யமா சொல்றேன். *(அம்மா மடியில் சாய்ந்து அழ)*

அங்க: *(துக்கத்துடன்)* அழகு *(அவளைத் தொட்டு)* பதட்டத்திலே பேசி நடந்துக்கிட்டேன். நீ காரியத்தைக் கெடுத்திருவியோன்னு மிரண்டு போய். போ, படு. செத்தெ நேரத்திலே விடிஞ்சிடும். *(அவள் எழுந்து நகரவும்)* என் மனசு இப்போ உலையிலே கொதிக்கிற சோறாக இருக்கு.

காட்சி 5

(கிராமச் சாவடி, அதுக்கு முன் சதுரக்கல் திண்ணை மேடை. ஒரு பெரிய ஆலமரம் பரந்த அளவுக்கு நிழல் கொடுப்பது. மேடையை ஒட்டி பின்னாடி வடக்குப் பக்கம் இருந்து காவல்கார முத்து மாயன் இரண்டு பாய்களுடன் வந்து மேடை மீது ஏறி தன் முண்டாசை அவிழ்த்து துண்டால் தூசி தட்டிவிட்டு பாய்களை விரித்து சரி செய்து விட்டு கீழே இறங்கி மறுபடியும் முண்டாசை கட்டிக்கொண்டு.)

முத்து மாயன்: இந்த நீராணிக்கரு என்ன ஆனாரு வடக்காலே பத்து ஊட்டுக்கு சத்தம் காட்டிட்டு வாரத்துக்கு இந்நேரமா? *(தெற்கே பார்த்து)*

மாயாண்டி: *(நீராணிக்கன் வடக்கே இருந்து வந்து கொண்டே)* என்ன தலங் காவலுக்காரரே, நீரு தெக்காலே குரல் கொடுத்தாச்சா.

முத்து: ஓஹோ *(திரும்பி)* மாயாண்டித் தேவரா, கேட்டுக் கிட்டே வந்திங்களா? *(கேலிக் குரலில்)*

மாயா: ஆமாங்க, முத்துமாயத்தேவரய்யா!

முத்து: என்ன மருவாதை எல்லாம் ரொம்ப பெலமாக இருக்கு, மாயாண்டி.

மாயா: நீ தானேப்பா முதக்க ஆரம்பிச்சுவச்சே. நானும் பதிலுக்கு பேசினேன். (இருவரும் சிரிக்க)

முத்து: இண்ணை பஞ்சாயத்துலே மருவாதை தப்பி ஒரு வார்த்தை துப்பினது கணக்கா வெளியேறிச்சுன்னா

மாயா: ஆமாமப்பா, இரண்டு முறடுக மோதிக்கப்போகுதில்லே.

முத்து: பாலுத்தேவரை முறடுன்னு சொல்ல முடியாது.

மாயா: ஆ, ஒண்ணு குணத்திலே முறடு. இன்னொண்ணு பணத்திலே முறடு. ஆமா, தெக்கிட்டு யாரும் பாக்கி சாக்கி இல்லியே.

முத்து: ஓ, இல்லாட்டி, காவக்காரன் தாக்கலு சொல்லல்லேன்னு கிராமக் கூட்டத்திலே நம்ம தலையைக் கேட்டுட மாட்டாங்க. பாலுத்தேவர் வீட்டிலே பிடிச்சு காரைவீட்டு அக்கா, பஞ்சாயத்து ஒச்சாத்தேவரு, சிவன் காளை, முத்துச்சுப்பாத்தேவரு, மருதப்புலி வெள்ளையத்தேவ பாட்டையா அல்லாத்தையும் சத்தம் காட்டிட்டு வந்துட்டேன். நீ?

மாயா: நானும் பகுடி அண்ணன், துரைப்பாண்டி, பஞ்சாயத்து சொக்கையாத்தேவரு, ஆங்கத்தேவரு. பூதப்பாண்டி, பூச்சணத்தேவரு, கலுவன் எல்லாருக்கும் எச்சரிச்சுப் போட்டு வந்துட்டேன். வாரேண்டாக ஆமா, அந்த மொக்கையன் பயலை பாத்துச் சொல்லிப் போட்டெ இல்லெ?

முத்து: பாத்தியா, அந்தப் பயலை வூட்டிலே காங்கல்லெ. தோட்டத்துலேருந்து வீடு திரும்பல்லேன்னுச்சு அவன் ஆத்தா. ஒருகல்லுப் போகணுமென்னு இருந்துட்டேன். அங்கம்மாக்கா ஆளனுப்பி இருப்பாங்க.

மாயா: அவுங்க சாக்கி ஆச்சே அவன்!

முத்து: நானும் அக்காவை கேக்க மறந்துட்டேன். ஒருக்கா அவுக வீட்டுக்குப் பின்னாடி பருத்திக் கொட்டை அறைச்சுக்கிட்டு இருந்தாலும் இருப்பான் வளக்கம் போலே. வந்துடுவான்.

மாயா: இண்ணை பஞ்சாயத்து நல்லபடியா முடியும்னு நம்புறியா நீ?

முத்து: பாப்பம், என்னதான் நடக்கும்னு. ஊருக்கே பெரிய புள்ளிக. நாம எதுக்கும் சுதாரிப்பா இருந்துக்கிடணும். நமக்கென்ன, இவுகளும் வேணும் அவுகளும் வேணும். ஊரை நம்பிப் பொளைக்கிறவங்க, கண்ணாலே பார்த் தாலும் கண்டுக்கிடாதது மாதிரி போக வேண்டி இருக்கு. ஊரு நிலவரம் அப்படி. சுரட்டைப் பயலுக காலமாப் போயிருச்சு. அது போகட்டும் (மெதுவாக) தீ வச்சது பகுடி அண்ணன் இல்லாட்டி அவரு மகன்தானே. ஊருலே பேச்சு அதானே காலை முதல்.

மாயா: ஏன்னா அப்பனும் மகனும் அப்படி பப்பளிக்கா பேசி, நடந்துக்கிட்டு இருக்காங்க இல்லெ.

முத்து: எனக்கென்னவோ (மெதுவாக) மாசாணம் மேலேதான் சந்தேகம்.

மாயா: நேத்து காலையிலே பேசி இருக்கிறதை வச்சு சொல்லுதே.

முத்து: எனக்கென்னவோ விதாயத்தை பகுடி அண்ணன் ஒத்துக்கிடும்னு தோணல்லே.

மாயா: சரி, பஞ்சாயத்து நல்லா முடியணும்னு மாரியாயியை கும்பிட்டுக்கிடுவம். அந்தா, பஞ்சாயத்துக்காரங்க வராங்க. முதக்க பாலுத்தேவரு, பொறவானே ஒச்சாத் தேவரு, சொக்கையாத் தேவரு. எட்டி வீரப்பன் பய வாறான், ரொம்ப பவ்யமா வரானே.

முத்து: (எதிர்ப்பக்கம் பார்த்து) அந்தா வெள்ளையப் பாட்டையா காரை வீட்டு அக்காவையும் அவ மகளையும் கூட்டியாராரு பாரு. சரி, நம்ம பேச்சை இத்தோடெ நிறுத்திக்கிடுவம்.

(இருவரும் தள்ளிப்போய் நிற்கிறார்கள்)

(பாலுத்தேவர், சொக்கையாத்தேவர், ஒச்சாத் தேவர் மூவரும் வருகிறார்கள்.)

முத்து: கும்பிடறேங்க.

மாயாண்டி: கும்பிடறேங்க.

பாலு: என்ன முத்துமாயா, மாயாண்டி, எல்லாருக்கும். சொல்லிப் போட்டீங்களா?

முத்து: ஒரு ஆளு விடாமே.

மாயா: அல்லாரும் வாரேண்டாக,

பாலு: வெள்ளைய மாமன் இன்னும் வாரல்லியே.

முத்து: இந்தா வந்துட்டாரு.

வெள்ளை: *(வந்துகொண்டே)* என்ன பாலு! பாத்துப் போட்டுத்தான் கேட்டியா?

பாலு: *(திரும்பி முன் நடந்து)* வாங்க சித்தப்பா, சத்யமா பாக்கல்லே.

வெள்ளை: அட, எல்லாத்துக்கும் ஒரு சத்தியமா. அதுக்கு ஒரு மதிப்பு இல்லாமே போயிடும் போலிருக்கே. *(எல்லோரும் சிரிக்க)*

சொக்கையாத்தேவர்: உங்களைத்தான் எதிர்பார்த்துக்கிட்டு இருந்தோம்.

ஒச்சாத்தேவர்: உங்களைப் பத்தித்தான் பேசிக்கிட்டு வந்தோம்.

வெள்ளை: என்னைப்பத்தி என்னப்பா இவ்வளவு அக்கறை உங்களுக்கு இண்ணைக்குப் பார்த்து? நான் என்ன உங்க கூட பஞ்சாயத்துக்கு உக்காரப் போறேனா?

பாலு: சித்தப்பா, குறி சொன்ன மாதிரி கேட்டுட்டீங்களே.

வெள்ளை: என்னப்பா, புது விதமான பேச்சா இருக்குது!

பாலு: உங்களை மூணாம் ஆளாப் போட யோசனை.

சொக்கை: பாலு அண்ணனுக்கு பதிலா.

ஒச்சா: நாங்க முடிவெடுத்தாச்சு,

வெள்ளை: *(கனைத்து)* பேசிட்டீங்களா? ஆமா, கேக்கறேன். எவ்வளவு நாளா காத்துக்கிட்டிருந்தீங்க இதுக்கு?

பாலு: தப்பா கேட்டுட்டோமா சித்தப்பா!

வெள்ளை: தப்பாக் கேட்டீங்கன்னா சொல்ல வந்தேன். (இழுத்து) பாலு, நீ இருக்கிறது நியாயமில்லேதான். நாம ஒத்துக்கிட்டாலும் ஊருக்கு நல்லா இருக்காது. நீ சம்பந்தப்பட்டு இருக்கிறே. ஆனா...

பாலு: ஏன் பேச்சை இழுத்து நிறுத்திட்டீங்க சித்தப்பா?

வெள்ளை: இல்லெ, அண்ணனும் தங்கச்சியும் ஊருக்குக் கேவலமா முண்டிக்கிட்டு நிக்கறது போதாதுன்னு மாமனும் மருமவனும் வாதிட்டுக்கிட்டு நடுத்தெருவிலே நிக்கவான்னுதான் கேட்டேன்,

பாலு: சித்தப்பா, அந்தா தொலைக்கு என் புத்தி ஓடல்லே.

சொக்கை: நியாயமான பேச்சுதான் நீங்க சொல்றது. கேட்டது தப்புதான் மாமா.

ஒச்சா: நாங்க ஒரு பக்கத்தையே பார்த்தோம். மன்னிச்சுடுங்க மாமா.

வெள்ளை: அது போகுது, ஒச்சா, அவனைக் கேள்வி கேட்க எனக்கு தைர்யம் உண்டுதான். ஆனா அது வீட்டுக்குள்ளே நடந்திருக்க வேண்டிய விசயம். ஹும் (பெருமூச்சு) இப்படி நடக்கணும்னு இருக்கிறபோது.

பாலு: நல்லாத்தான் இல்லே இது.

வெள்ளை: பாலு, நான் யாருக்கும் வலுவிலே சாக்கி சொல்ல எளுந்திருக்கப் போறதில்லெ. ஆனா ஒருக்கா ஏதாவது ரெண்டு வார்த்தை குறுக்கே பேசவேண்டி வந்திருச்சுன்னா... எனக்கு சுதந்திரம் இருக்கணுமப்பா.. என்ன ஒச்சா. சொக்கா?

ஒச்சா: ரொம்ப நியாயம் தான் மாமா. ஆனா, (இழுத்து) மூணாவது ஆளு?

வெள்ளை: (கிண்டல் சிரிப்புடன்) எதுக்கப்பா மூணாவது ஆளு. நீங்க ரெண்டுபேரு பத்தாது உங்களுக்கு மீறி நியாயம் அந்த மூணாவது ஆளு கையிலே போயிரப்

போகுதோ? ஐகோர்ட்டிலே ஒரு ஜர்ஜ் தீர்ப்புச் சொல்லலே. என்னமோ குழம்பிக்கிட்டு. மாரியாயியை கும்பிட்டுக்கிட்டு இரண்டு பேரும் போய் உட்காருங்க.. போங்க.

சொக்கை: *(சிரித்து)* மாமன் தான் தக்கனே விளக்கம் சொல்லிப் போட்டாரில்லெ.

பாலு: சித்தப்பா, அதா அவுக ரெண்டுபேரும் மரத்தடியிலே நின்னுக்கிட்டு இருக்காங்க. கூப்பிட்டு உட்காரச் சொல்லுங்க

வெள்ளை: நான் தான் நிக்கச்சொல்லிட்டு வந்தேன். உங்கள் கிட்ட பேச்சுலே மறந்துட்டேன். முத்துமாயா, போய்க் கூட்டியா அவுங்களை. *(முத்துமாயன் போகிறான்)*

பாலு: இங்கிட்டு உக்காருங்க சித்தப்பா.

(வெள்ளையத்தேவர் இடது பக்கமாக உட்காருகிறார்.

(பாலுத்தேவர் தள்ளி நிற்கிறார்)

(அங்கம்மாவும் அழகுவும் பின்னால் முத்துமாயனும் வர)

வெள்ளை: அங்கம்மா, அழகு! வாங்க *(தன் அருகே உட்கார. சைகை செய்கிறார். இருவரும் அவருக்குப் பின் உட்காருகிறார்கள்.)*

(பகுடியும் மாசாணமும் வலப்பக்கம் வர)

சொக்கை: வாங்க பகுடி அண்ணே, வா தம்பி மாசாணம்.

ஒச்சா: உட்காருங்க அண்ணே. *(இருவரும் உட்கார)*

(பாலுத்தேவர் தள்ளி நிற்கிறார் பேசாமல். வெள்ளையத் தேவர் பகுடி இருந்த பக்கம் பார்க்கிறார்.)

வெள்ளை: என்ன பகுடி, சத்தம் காட்டாமே உட்கார்ந்துக்கிட்டே.

பகுடி: கும்பிடறேன் மாமா, *(எழுந்துவிட்டு உட்கார)*

(அழகு எழுந்து நிற்கிறாள். அங்கி உட்காரச்சொல்லியும் மறுக்க)

மாசா: கும்பிடறேன் பாட்டையா. (நிற்கும் அழகுவைப் பார்த்துவிட்டு தலையைத் தணிக்கிறான்)

அங்க : (வெள்ளையத்தேவரிடம் மெதுவாக) அழகு நின்னுக்கிட்டு இருக்கா. உட்காரச் சொல்லுங்க. நான் சொன்னா மறுக்கறா.

வெள்ளை: (திரும்பி அவளை அதட்டி) உட்காரு குட்டி. பரவாயில்லெ. இது வீடு இல்லெ. கூட்டம். உட்காரு. (அழகு உட்கார)

(பலர் வருகிறார்கள்)

சொக்கை: மருதத்தேவரே, வாங்க.

பாலு: வாப்பா துரைப்பாண்டி.

ஒச்சா: ஆங்கத்தேவரே வாங்க. உட்காருங்க.

சொக்கை: பூச்சி வாப்பா, முத்துச்சுப்பாத் தேவரு வாறாரா?

பாலு: சிவன் காளைத்தேவரே, வாங்க.

ஒச்சா: மருதப்புலி வாப்பா. கலுவனை எங்கே?

(வருகிறவர்கள் ஆமாங்க சொல்லிக்கொண்டே உட்கார)

(இரண்டு பஞ்சாயத்தாரும் மேடைமேல் ஏறி உட்கார)

பாலு: (வலது பக்கமாக கீழே உட்கார்ந்து தலையைச்சுழற்றி நாலு பக்கமும் பார்த்து) வரவேண்டியவங்க எல்லாரும் வந்தாச்சா? (மேடையைப் பார்த்து) கூட்டத்தை ஆரம்பிக்கலாமான்னு ஒரு வார்த்தை கேளுங்க.

சொக்கை: என்ன, ஆரம்பிக்கலாமா?

முத்து: மொக்கையனைத்தாங்க இன்னும் காணல்லெ.

சொக்கை: (வெள்ளையத்தேவரை பார்த்து) எங்கே மாமா அவனை?

வெள்ளை: பயலை இன்னம் அங்கி வீட்டு பக்கம் காணோம். தோட்டத்திலேயே படுத்துத் தூங்கிப் போயிட்டானோ என்னமோ. ராமுச்சூடா முளிச்சிருப்பான். போய்ப் பாக்க அங்கி வீட்டுலெ ஆளும் இல்லெ.

முத்து: *அவன் வீட்டிலேயும் இல்லெ.*

ஒச்சா: முத்துமாயா. தோட்டத்துலே போய் பார்த்தியா?

முத்து: பாக்கல்லே. அக்கா ஆள் அனுப்பி இருப்பாங்கன்னு இருந்துட்டேன்.

வெள்ளை: ஏண்டா களவாணிப்பயலே. நீயா நினைச்சுக்கிட்டியா. ஒரு நடைக்குச் சோம்பிக்கிட்டு. ஹூம்! போய்த் தேடி கூட்டியாடா கையோடே. பொணமா தூங்கிக் கிடப்பான். போ. நிமிசத்திலே வாரணும்.

முத்து: இதோ போய் வாரேன். *(போகிறான்)*

சொக்கை: நாகையன் இன்னும் வாரல்லெ. *(பக்கத்து ஒச்சாத்தேவரை பார்த்து)*

ஒச்சா: வந்திடுவான். அவன் சாக்கி பின்னாடிதானே. மாடு கன்னுக்கு புண்ணாக்கு, தண்ணி காட்டி வைக்கலை உதறிப்போட்டு வாடான்னேன். ஆரம்பிச்சுடுவம்.

வெள்ளை: மாரியாயியை கும்பிட்டுக்கிட்டு ஆரம்பியுங்க.

(எல்லோரும் எழுந்து மாரியம்மன்கோவில் திசை நோக்கி கும்பிட்டு உட்கார)

பாலு: *(நின்று)* இருக்கிறவங்களுக்கு சொல்லிக்கிடறேன். இந்த வழக்குலே எனக்கும் ஒரு வகையா தொடர்பு உண்டு. ஒச்சாத்தேவரும் சொக்கையாத்தேவரும் விதாயம் பண்ணுவாங்க. *(பகுடி நிமிர்ந்து பார்த்து விட்டு குனிய)* விதாயத்தை ஏத்துக்கிடறேன்னு சம்பந்தப்பட்டவங்க உறுதி சொல்றது நம்ம வளமுறை.

(மவுனம்)

வெள்ளை: பகுடி, நீதானப்பா முதல்லெ.

பகுடி: *(விறுட்டென எழுந்து)* கட்டுப்படறேன். *(உட்கார)*

மாசா: *(எழுந்து நிமிர்ந்து)* ஒத்துக்கிடறேன். *(உட்கார)*

வெள்ளை: *அங்கம்மா!*

அங்க: *(எழுந்து)* பெரியவங்க எந்த முடிவு செய்தாலும் சரி. *(உட்கார)* அழகு. *(அவளைச் சொல்லத்தூண்ட)*

ஒச்சா: வேணாம். குளந்தையை தொந்திரவு செய்ய வேண்டாம்.

சொக்கை: பெரியவங்க சொல்லிட்டா பத்தாது? அங்கம்மா அம்மா, உங்க தாவாவைச் சொல்லுங்க.

அங்க: *(எழுந்து நின்று)* உங்க எல்லாருக்கும் தெரியாததையா நான் புதுசா சொல்லப் போறேன். தோட்டம், பொருளு சாம்பலானதை உங்க அத்தனை கண்ணும் பார்த்தது தானே. கொட்டம், கடலை, மிளகாய், படப்பு எல்லாம் போச்சு. மாடுக உசிருக்கு மன்னாடிக்கிட்டு இருக்கு. ஆயிரக் கணக்குலே சேதம் மூணே வாரம்தான் இருக்கு இந்தக் குட்டி கலியாணத்துக்கு *(பாலுவைச் சுட்டிக் காட்டி)* பஞ்சாயத்துக்காரரு மகனுக்கு பரிசம் போட்டிருக்கிறது உங்களுக்குத் தெரியும். நேத்து ராவுலே இப்படி அநியாயம் நடந்திருக்கு. இந்த அநி யாயத்தை விசாரிச்சு விதாயம் பண்ணக் கேட்டுக்கறேன் உங்களை.

சொக்கை: உங்களுக்கு யார் கிட்டவும் ஏதாவது...

அங்க: காரைவீட்டுக்காரின்னு பேரை சம்பாதிச்சுக்கிட்டு நான் வீட்டோடே அடச்சுக்கிடக்கிறவ. வேறே யார் கிட்டவும் விரோதம் சம்பாதிச்சுக்கிட்டதில்லெ இது வரைக்கும். இப்பொத்தான் இவ *(அழகுவை காட்டி)* கலியாணம் சம்பந்தமா *(தயங்கி)* அவருகூட *(பகுடியை காட்டி)* மனத்தாங்க ஏற்பட்டு இருக்குது.

ஒச்சா: யார்கூட? பகுடித்தேவர் கூடவா?

அங்க: ஆமா.

சொக்கை: கொஞ்சம் விவரம் சொல்லுங்க.

அங்க: ஊராருக்கு தெரிஞ்சதுதானே. முறைமை கொண்டாடி தன் மகனுக்கு *(மாசாணத்தைக் காட்டி)* என் மகளை கேட்டாரு. அந்தக் குட்டிக்கு சம்மதம் இல்லெ. அவ மனசுக்கு விரோதமாப் போக என் மனசும் ஒப்

பல்லெ. பஞ்சாயத்தாரு மகனுக்கு பேசி முடிச்சுது. பரிசம் போட ரெண்டு நாளு முந்தி இவரு வந்து, முறைமை தவறிடாதே, யோசிச்சு செய், பின்னாடி வம் புன்னு மிரட்டிட்டுப் போனாரு. அவரைக் கூப்பிடா, மலே நடத்திட்டேன். இப்போ கலியாண ஏற்பாடு நடந்துக்கிட்டு இருக்கு. நேத்து ராவுலே இருட்டி நாலஞ்சு நாழிக்கு இவரு வந்து மிரட்டி, கலியாணம் நடக்கிறதை பாத்துப்போடறேன்னு பயமுறுத்திட்டுப் போனாரு.

ஓச்சா: இதுலே இருந்து நீங்க என்ன சொல்ல வாறீங்க?

அங்க: எரிஞ்சுபோன சொத்து திரும்ப வரப் போறதில்லெ. தீவச்ச கைக்கு சேதத்தை (ஆத்திரமாக) ஈடுகட்டிக் கொடுக்க ஒரு செம்புச் சல்லிக்கு வக்கு இருக்கும்னு நான் நம்பல்லெ. தீ வச்ச கையை... (அழுதுவிட)

வெள்ளை: இது கிராமக் கூட்டம், அங்கம்மா. அதை நினைவுலே வச்சுக்கிட்டு விவகாரமா பேசு.

சொக்கை: (வெள்ளையத் தேவரை நோக்கி கையமர்த்தி) தீ வச்ச கை எங்களுக்குத் தெரிஞ்சுபோச்சுன்னா அதை நாங்க பாத்துக்கிடறோம்மா. மனசை திடப்படுத்திக் கிட்டு சொல்லுங்க.

ஓச்சா: தீ வச்சது யாருன்னு உங்களுக்கு ஏதாவது துப்பு. இதுக்குள்ள கிடைச்சிருக்குதா?

அங்க: (தேற்றிக்கொண்டு) ஊருக்கு வெளியே ஒரு கல்லு தொலையிலே மேக்கே என் தோட்டம். அந்நேரத்திலே அங்கே தீவச்ச சண்டாளப் பாவி யாருன்னு வீட்டுக் குள்ளே கிடந்தவளுக்கு எப்படித் தெரியும்? மொக் கையன் பயதான் – இவரு மிரட்டிட்டுப் போகவும் வந்த இந்த மாமனோடே. (வெள்ளையத் தேவரை காட்டி) பேசிக்கிட்டு இருக்கிறப்போ பதறி ஓடியாந்து தாக்கலு சொன்னவன். அவனுக்கும் யாருன்னு தெரியாது. தெரிஞ்சா, பாத்திருந்தா சொல்லி இருப்பான் இன்னா ருன்னு. அப்படி இருக்க துப்புக்கு நான் எங்கே போறது?

சொக்கை: அப்போ யாரு மேலேயாவது உங்களுக்கு சமுசயம்?

அங்க: (மன கனம் தொனிக்கும் குரலில்) இப்போ நடந்து இருக்கிறதையும் அவரு மிரட்டிப் போட்டு போனதையும் சேர்த்துப் பாத்தா–கண்ணாலே நான் பார்க்கல்லெ அவருமேலேயும் அவரு மகன் மேலேயும்தான் எனக்கு (பகுடி நிமிர்ந்து அவளை பார்க்க) சமுசயம். (அவசர மாக) அது மட்டுமில்லெ. இந்தக் கலியாணம் நடக்கும் காட்டியும் என்னெல்லாம் நடக்குமோன்னு பயப்படுதேன், நான் பொம்புளெ. ஒத்தையா ஆண்பிள்ளைத் துணை இல்லாமே இந்தக் குட்டியை வச்சுக்கிட்டு இருக்கிறவ. கலகம் கச்சரா இல்லாமே கலியாணம் நடக்கணும். அதுக்கும் பஞ்சாயத்துக்காரருக வளி செய்துட்டாப் போதும். (கண்களைத் துடைத்துக் கொள்ள)

ஓச்சா: நீங்க சொன்னதை கேட்டுக்கிட்டோம். வேறே ஆதாரம், சாக்கி எதுவும்?

அங்க: பளி வாங்கறாப்பலே நேருக்கு நேர் சொன்னதைவிட வேறென்ன ஆதாரத்துக்குப் போவேன் நான். அவரு சொன்னாரா இல்லையான்னு இந்தக் குட்டியை வேணா சாக்கியாக் கேட்டுக்கிடுங்க.

சொக்கை: வேணாம், வேணாம் நீங்க சொல்லிட்டா பத்தாது? உட்கார்ந்திக்கிடுங்க (ஓச்சாத் தேவரை பார்க்க, அவர் சமிக்ஞை செய்ய) அங்கம்மாள் உட்கார, பகுடி பக்கம் திரும்பி) பகுடி அண்ணே , அங்கம்மா அம்மா சொன்னதை கேட்டுக்கிட்டீங்க. நீங்க எதுவும் சொல்லிக்கிட இருந்தா–

பகுடி: (எழுந்து விறைப்பாக நின்று, கடுப்புச் சிரிப்புடன்) பஞ்சாயத்து வரைக்கு வந்துட்ட பொறவு சமாதானம் சொல்லாமே முடியுமா? (இகழ்ச்சியாக) எவளோ என்னமோ சொன்னான்னா அதைக் கேட்டுக்கிட்டு–

வெள்ளை: பகுடி! (அதட்டி) உணர்ச்சி வசப்படாமெ பேசுப்பா.

பகுடி: அதிகமாச் சொல்ல எதுவும் இல்லெ எனக்கு. அவ வீட்டுப் படியேறி மிரட்டினதை ஒத்துக்கிடறேன். பின்னாடி என்ன செய்வேன், என்ன செய்ய நினைச்சேன்

இதெல்லா முடிவு செய்தோ நினைச்சுப் பாத்தோ நான் பேசல்லே. இப்பவும் நான் அடுத்தாப்லே என்ன செய்வேன்னும் எனக்குத் தெரியாது. நான் பேசினதை வச்சுக்கிட்டு ஒருத்தி உங்ககிட்ட விதாயம் கேக்கறா. நீங்க எப்படி முடிவு செய்வீங்களோ அது உங்க விச படம். தோட்டம் எரியறப்போ நான் அவ வீட்டிலே பேசிக்கிட்டு இருந்திருக்கேன். என் மவனை நீங்க விசாரிச்சுக்கிடுங்க. இதோ இருக்கான். அவன் என்ன செய்தான் செய்வான்னும் எனக்குத் தெரியாது. இந்தக் கை அப்பன் ஆயிக்குத்தான் கொள்ளி வச்சிருக்குது. என் சொல்லை நம்புனா நம்புங்க. இல்லெ ருசுப்பிச்சு உங்க ஜர்ஜ்மெண்டை சொல்லிப்போடுங்க. *(உட்காரப் போக)*

ஓச்சா: ஒரு கேள்விக்கு மட்டும்...

பகுடி: *(எழுந்து)* ஒண்ணு என்ன, பத்துக் கேளுங்களேன்.

(சிரித்து)

சொக்கை: நீங்க அங்கம்மா வீட்டுக்கு எங்கே இருந்து வந்தீங்க. அங்கிருந்து எங்கே போனீங்க?

பகுடி: கடுமையான வவுத்துவலி. நேத்து மதியத்துக்கு மேலே வவுத்தை அமுக்கிக்கிட்டு கட்டிலோடே கட்டிலா படுத்துக்கிடந்தேன். ராவுலே கொஞ்சம் நிண்ண மாதிரி இருக்கவும் வீரம்மா கடைக்குப் போய் ரெண்டு தோசை தின்னுபோட்டு அப்படியே அவ வூட்டுக்குப் போனேன். அங்கிட்டிருந்து நேரே வூட்டுக்குத்தான் திரும்பினேன். மறுபடியும் வவுத்துவலி அதோடே மல்லாடிக்கிட்டு படுத்தே கிடந்தேன்.

ஓச்சா: தீ விவரம் உங்களுக்கு ராவுலே தெரியாதா?

பகுடி: தெரியாமே? வாசல்ல கசமுச சத்தம் கேட்டு வந்து பாத்தேன். அவ தோட்டம் எரியுதுன்னு பேசிக்கிட்டாங்க. எனக்கு அக்கறை இல்லெ *(அங்கம்மாள் நிமிர்ந்து பகுடியைப் பார்க்க)* கதவை சாத்திக்கிட்டு வந்து படுத்துட்டேன். நடுச்சாமத்திலே மாமன் வந்தாரு.

பிறகு இந்தப் பய வந்தான்.

சொக்கை: *மாசாணத்தை ஏதும் விசாரிச்சீங்களா?*

பகுடி: *(சிரித்து) அப்பன் மகனை ஆயிரம் விசாரிச்சிருப்பான். இதா இருக்கான். நீங்க விசாரிச்சுக்கிடுங்க நல்லா. (உட்கார)*

ஓச்சா: *மாசாணம், நீ என்னப்பா சொல்றே?*

மாசா: *(எழுந்து) அப்பாரு மேலேயாவது அவரு மிரட்டினாருன்னு அதுமேலே சமுசயம் சொன்னாங்க. அப்பாவுக்கு மகன் என்கிறதுக்காக என்னையும் சேர்த்துக்கிட்டாங்க போலே இருக்கு. (இளப்பச் சிரிப்பு) (உறுதிக் குரலில்) நான் அந்த தோட்டத்தை மிதிச்சு ஆறுமாசம் ஏறத்தாழ ஆகப் போகுது. போதுமா சமாதானம்?*

சொக்கை: *தோட்டம் எரிஞ்சப்போ நீ எங்கே இருந்தே.*

மாசா: *ஒச்சாத்தேவ மாமா தோட்டத்துலே*

சொக்கை: *என்ன செய்துக்கிட்டு இருந்தே?*

மாசா: *அவரு மகன் நாகையனோடே பேசிக்கிட்டு இருந்தேன்.*

ஓச்சா: *அங்கே நீ எப்போ போனே? ஏதுக்குப் போனே?*

மாசா: *மேக்கே எங்க காட்டுலெ கடலைக்கு கமலை அடிச்சுப் போட்டு ஆளுக்காரன் கூட மாடுக, கமலை சாமானுகளை முன்னாடி அனுப்பிட்டு, இருட்டி மூணு நாலு நாழியலுக்கு வந்துக்கிட்டு இருந்தேன். உங்க தோட்டத்துக்குள்ளே நாகையன் பாட்டு படிச்சுக்கிட்டு இருந்தது. ரோட்டுக்கு கேட்டுது. வேலியண்டே நிண்ணு கூப்பிட்டேன். உள்ளே வான்னான். படலை நகர்த்திப் போட்டு உள்ளே போனேன். கிணத்து மேட்டுமேலே உட்கார்ந்து இருந்தான். ராக்காவலுக்கு இருக்கேன். மாடசாமி இல்லெ. இண்ணைக்கு ஒரு நா இல்லாட்டி காட்டுப் பன்னிக கடலைச் செடியை குதறிப்போடும். நல்ல வேளைக்கு பேச்சுத் துணைக்கு நீ வந்திட்டியேன் னான். எனக்கும் பசி இல்லெ. கடலைக்காயை அவுச்சு நிறைய தின்னுபோட்டேன். படுத்துப் பேசிக்கிட்டு*

இருந்தோம்.

சொக்கை: பக்கத்து தோட்டத்துலே தீயைப்பத்தி உனக்கு எதுவும் தெரியுமா?

மாசா: தெரியாமே? வந்து ஒரு நாளிக்கு மேலே இருக்கும். நாகையன் திடீர்னு எழுந்து எங்கிட்டோ தீ டோய்ன்னான். நிண்ணு நிதானிச்சோம். பக்கத்து தோட்டத்துலேடான்னான்.

ஓச்சா: பக்கத்துத் தோட்டம்னா. கிழக்கிட்டா, மேக்கிட்டா:

மாசா: கிழக்கிட்டு.

ஓச்சா: யாரு தோட்டம்?

மாசா: அவுக தோட்டம். (அங்கம்மா பக்கம் கையை காட்டி)

சொக்கை: பிறகு?

மாசா: வாடா, ஓடிப்போய் அணைக்கலாம்னான் பதறிக்கிட்டு, ஒங்க அத்தை தோட்டம்டானு. நான் ஏண்டா அந்த தோட்டத்துக்குள்ளே காலை வைக்கறேன்னேன். நீ கல்லுமனசுப் பயடா. நான் போறேன். திரும்பி வாரவரைக்கும் இருடான்னு ஓடி வேலியைத் தவ்வி ஓடிட்டான். கிணத்து மேட்டிலே உட்கார்ந்து இருந்தேன். புகை நெடி மூக்கை துளைச்சுது. தீக்கங்கு கூட பறந்து வந்து விளுந்துக்கிட்டு இருந்தது. ஆளுக சத்தம் எல்லாம் கேட்டுச்சு. நாகையன் வெகு நேரத்துக்கு பொறவு வந்தான். விவரம் எல்லாம் ஏதோ சொல்லிக்கிட்டு இருந்தான், நான் காது கொடுத்துக் கேக்கல்லே. தெக்காலே சுத்திக்கிட்டு வீடு வந்து சேர்ந்துட்டேன்.

ஓச்சா: அப்போ, நீ தீவைக்கல்லேன்னு சொல்லுதே?

சொக்கை: ஆறு மாசமா அதுக்குள்ற காலை வைக்கல்லேங்கறான்!

ஓச்சா: அது சரி, அவன் வாயாலே தெரியணுமில்லெ.

மாசா: என் கை செய்யாததையா வாய் சொல்லிரப்போகுது, (சிரித்து)

சொக்கை: சரி உட்கார்ந்துக்க. (மாசாணம் உட்கார, ஒச்சாத் தேவரை பார்த்து) அடுத்து பாலு அண்ணன் தானே (ஒச்சாத்தேவர் தலையசைக்க) பாலு அண்ணே, நீங்க எதுவும் சொல்லிக்கிட இருந்தா—

பாலு: (எழுந்து) என் மவனுக்கும் காரை வீட்டு அம்மா மகளுக்கும் கலியாணம் மூணு வாரத்திலே நடக்க இருக்கிறது உங்களுக்குத் தெரியும். அது நல்லபடியா நடக்க பஞ்சாயத்துக்காரங்க வழி செய்துட்டா போதும். முறைமையிலே அவுக அண்ணன் தங்கச்சிக்குள்ளே ஏற்பாடாகி இருந்தா எனக்கு ஆச்சேபணை எதுவும் இல்லெ. அது இல்லென்னு தீர்ந்த பிறகுதான் இந்த ஏற்பாடு. ஆனா பகுடித்தேவரும் அவரு மகனும் ஊரிலே வார்த்தைகளை வித்தியாசமா விட்டுக்கிட்டு இருக்காங்க.

ஓச்சா: என்ன வார்த்தைக?

பாலு: புதுப்பணக்காரன் பணத்தை பார்த்துப்போடறேன்னு என்னைப்பற்றி பப்ளிக்கா சொல்லி இருக்காரு. தன் தங்கச்சியை மிரட்டி இருக்கிறாரு. அவுங்களே சொன்னாங்களே. அவரு மகன் என் மகனை காலை யிலே அருவாவைக் காட்டி மிரட்டி இருக்கான். இதெல்லாம்தான்.

சொக்கை: தீயைப்பத்தி எதுவும்?

பாலு: தீ விஷயம் மொக்கையன் வந்து சொல்லித்தான் எல்லோருக்கும் போலெ தெரியும். தீ வச்சுது யாருன்னு (சிரித்து) நான் என்னமா இனம்குறிச்சு சொல்ல? நடந்திருக்கிறது, சொன்னது எல்லாத்தையும் சேர்த்து வச்சுத்தான் பாக்கணும்.

ஓச்சா: பகுடி அண்ணன் அங்கனே இல்லெ தன் வீட்டிலேயும் தங்கச்சி வீட்டிலேயும் வீரம்மா கடையிலேயும்தான் அந்நேரத்துலே இருந்திருக்காரு.

பாலு: அவரு சொன்னதைக் கேட்டுக்கிட்டுத்தானே இருந்தேன். மாசாணம் அங்கிட்டு இருந்திருக்கான்.

ஓச்சா: அவன் நாகையன் கூட இருந்திருக்கான் அந்நேரம்.

பாலு: அதையும் தான் கேட்டேனே (லேசாக சிரித்து) இந்த வீரப்பன் பயலும் அங்ஙணே அதே நேரம் இருந்திருக்கான். நாகையனோடே. முதக்க தீயைப்பாத்துப் போட்டு அவன் தான் தீயை அவிக்க மும்முரமா இருந் திருக்கான். மாசாணம் எப்பம் வந்தான், இருந்தான், போனான். வீரப்பன் பய எப்போ வந்தான் போனான். இதெல்லாம் நுணுக்கமா விசாரிக்கணும்.

சொக்கை: *(ஓச்சாத்தேவரைப் பார்த்து, அவர் தலையசைக்கவும்)* சரி, உட்கார்ந்திக்கிடுங்க வீரப்பா உனக்கு என்னப்பா தெரியும்?

வீர: *(எழுந்து)* கலியாணப் பேச்சுக்குப் பிறகு மாசாணம் எங்ஙனே கண்டாலும் ஒரு மாதிரியா பேசிக்கிட்டு இருந்தான். நானும் விலகியே இருந்தேன் – நேத்துக் காலையிலே ஆங்கத் தேவரு கொடிக்காலுகிட்ட நான் நின்னுக்கிட்டு இருக்கிறப்போ மாசாணம் பண்ணையா ளோடே கமலை மாடுகளை பத்திக்கிட்டு அவுங்க காட்டுக்குப் போய்க்கிட்டு இருந்தான். 'டே, வீரப்பா என் மாமன் மகளை கட்டிக்கிட உனக்கு பெலம் பத்து மாடான் னான் சிரிச்சுக்கிட்டு. நான் அவனை பாக்காமெ இருந்தேன். பாளை சீவி பளக்கப்பட்ட கைடா இது பேனாப்பிடிச்சு மசிக்கூட்டுலே முக்கி எளுதின கையில்லேடா இது அப்படீன்னு இடுப்பு அருவாவை தொட்டுக்கிட்டு, மணையிலே உட்கார்ந்து மாலையா போட்டுக்கிடப்போறே'ன்னு சிரிச்சு, 'சாலை யிலே ரெண்டுமரம், சர்க்காரு வச்சமரம். உனக்கேத்த தூக்குமரம்'னு பாடிக்கிட்டுப் போயிட்டான். நான் வீட்டுக்கு வந்து அப்பாருகிட்ட சொல்லிப்போட்டு கிளக்கே காட்டுக்குப் போயிட்டேங்க.

ஓச்சா: சரி, மேக்கே அந்நேரத்திலே இருக்க காரணம்? எப்போ போனே?

வீர: பொளுது விளவும் கிளக்கே இருந்து திரும்பிக்கிட்டு இருந்தேன். நாகையன் ரோடு மேலே நின்னுக்கிட்டு

இருந்தான். ராவுக்கு தோட்டத்துலே காவலு, படுக்கை, வாடா பேச்சுத்துணைக்குன்னு வலுக்கட்டாயமா இளுத்துக்கிட்டு மேக்காலெ...

ஒச்சா: எந்நேரம் வரைக்கும் இருந்தே?

வீர: இருட்டி நாலு நாளி இருக்கும்.

சொக்கை: மாசாணம் வாரபோது நீ இல்லெ?

வீர: இருந்தேன். வேலிக்கு வெளிலெ அவன் குரலைக் கேட்டதும் நாகையன் அவனை உள்ளே கூப்பிட்டான். எனக்கு சங்கடமாப் போச்சு. அங்கே மறுபடியும் சந்திச்சா பேச்சு தடிச்சு எதுவும் ஆயிரும்னு நான் போறேன் நான் இருந்ததா அவன்கிட்ட சொல்லாதே சத்யமான்னு சொல்லிப்போட்டு அவன் தடுக்குமுன்னே, பதிலுக்குக்கூட காத்திராமே விடுவிடுன்னு பின் வேலிக்கடவு வளியா...

ஒச்சா: வடக்காலே சுப்பாத்தேவர் காட்டுக்குள்ளே தானே?

வீர: ஆமா. அங்கே ஓரமா வக்கப்படைப்புக்கு பின்னாடி நின்னுக்கிட்டு இருந்தேன்.

சொக்கை: எவ்வளவு நேரம் இருக்கும்?

வீர: ஒரு நாளி இருக்கும்.

ஒச்சா: பிறகு?

வீர: மாசாணம் உடனே போகமாட்டான்போலே இருந்துச்சு. நான் தெக்கோரமா நடந்து காரைவீட்டு அத்தை (மாசாணம் அவனை உறுத்துப் பார்க்க) தோட்டத்துக்குள்ளே நுளைஞ்சு ரோட்டுக்கு கூடிடலாம்னு வந்தேன். தோட்ட நடுவிலே தீயும் புகையுமா தெரிஞ்சிச்சு. மொக்கையன் பயதான் ஏதாவது செத்தை குப்பையை எரிச்சுக்கிட்டு இருப்பான்னு நினைச்சேன். இம்மாம் பெரிசா எரியுமான்னு சந்தேகம் தட்டிச்சு. தீ தான், படலைக் கதவை தள்ளிக்கிட்டு உள்ளே ஓடினேன். படப்புலெ தீ பிடிச்சு இருந்திச்சு,

ஒச்சா: *அடியிலேயா, மேலேயா?*

வீர: *(யோசித்து) மேலே.*

ஒச்சா: *சரி, பிறகு?*

வீர: *மொக்கையான்னு கத்தினேன். அவன் மாட்டுத் தொட்டி யிலே இருந்து தண்ணியை வாளிலே கொண்டாந்து கொட்டிக்கிட்டு இருந்தான்.*

(அங்கம்மாவும் வெள்ளையத்தேவரும் பார்த்துக் கொள் கிறார்கள். அழகு இருவரையும் மாறி மாறி பார்க்க)

சொக்கை: *(சிரித்து) படப்புத் தீயை அவிக்க மாட்டுத் தொட்டி தண்ணி போதும்னு நினைச்சான் பாரு, புத்திசாலிப்பய! (சிரிப்பு) அப்புறம்?*

வீர: *பீடி ஏதும் குடிச்சு போட்டுட்டியாடான்னேன் பதறிக் கிட்டு. நான் பீடி குடிக்கிறதில்லென்னான். ஏண்டா இங்கிட்டு இல்லையாடா நீன்னேன். பூச்சியடி காணிக்கு தண்ணி கட்டிப்போட்டு இப்போத்தான் வாரேன்னான்.*

(அங்கம்மாவும் வெள்ளையத்தேவரும் பார்த்து விழிக்கிறார்கள்)

ஒச்சா: *அந்தப் பய இல்லாத போதா நடந்திருக்கு, பொறவு?*

வீர: *சரி, நீ ஊருக்குள்ளே ஓடிப்போய் அப்பாரு, காரை வீட்டு அம்மா மத்தவங்ககிட்ட சொல்லு போ, ஓடுன்னு விரட்டிட்டு அங்ஙனே கிடந்த கம்புகளை எடுத்துக் கிட்டு படப்பு வக்கலை இளுத்துக்கிட்டு இருந்தேன்.*

சொக்கை: *(சிரித்து) நல்ல ஆளைப்பாத்து விரட்டினே பாரு, கப்பக்காலுப்பய ஏரோப்ளேனா பறந்துபோவானில்லே. (மற்றவர்கள் சிரிப்பு) ஹும்–*

வீர: *அதென்ன அடங்கற தீயா! கொட்டத்துக்கும் லாந்திடுத்து.*

ஒச்சா: *வக்கப்படப்புலெருந்து கங்குக விளுந்து.*

வீர: *ஆமா.*

சொக்கை: *ஒரு கேள்வி, தம்பி! ஒத்தாசைக்கு நீ ஏன் நாகையனை*

கத்திக் கூப்பிடல்லே.

வீர: (லேசாக திகைத்து, சமாளித்து) மாசாணம் இருந்ததாலே.

ஓச்சா: அது சரி, நியாயம்தான். மேலே சொல்லு.

வீர: நான் ஒருத்தனா எதுவும் செய்ய முடியல்லே. அதை விட்டுப் போகவும் முடியல்லே, அப்புறம் நாகையன்தான் மொக்கையா மொக்கையான்னு கத்திக்கிட்டு ஓடியாந்தான், மொக்கையன் இல்லே, நான்தான் வீரப்பன், ஓடியாடா, படுமோசமாப் போயிருச்சுடா, மொக்கையனை ஆளுகளுக்குச் சொல்ல ஊருக்குள்ற அனுப்பி இருக்கேன்னேன். அவனும் தீயை அவிச்சான்.

ஓச்சா: மாசாணம் வல்லியா அவன் கூட?

வீர: வாரல்லெ. நான் கூட நாகையனை கேட்டேன்.

சொக்கை: என்ன கேட்டே?

வீர: அவன் அங்ஙனேதான் இருக்கானா, ஏண்டா வல்லேன்னு இருக்கான், இந்த தோட்டத்துக்குள்ளே காலை வைக்கமாட்டானாம்னான். அவன் ஏன் வாறான் அங்கே, தீ வச்சுப்போட்டுத்தானே அங்கே போயிருக்கான் அவன். நான் நினைச்சுக்கிட்டேன்.

(பகுடி, மாசாணம் நிமிர்ந்து பார்க்க)

சொக்கை: நீ எதனாலே அப்படிச் சொல்றே?

வீர: (லேசாக சிரித்து) இல்லாட்டி ஒருத்தன் வேடிக்கை பார்த்துக்கிட்டு இருந்திருப்பானா. யாரு சொத்தா இருந்தா என்ன வாயில்லா சீவனைக்கூட காப்பாத்த வரமாட்டான் ஒருத்தன்?

ஓச்சா: சரியான பாயின்டுதானப்பா அது. சரி, எதுக்காக அவன் இதைச் செய்யணும்?

வீர: அது அவனுக்குத்தான் தெரியும்.

சொக்கை: உன் சமுசயத்தைச் சொல்லு!

வீர: அவுக அத்தையை பளி வாங்கினாப்லேயும் இருக்கும்.

கலியாணத்தையும் நடக்காமே செய்துடலாம்.

ஒச்சா: தம்பி வக்கணையாத்தான் பேசறான். ஆமாம், நாகையன் கிட்ட உன் சமுசயத்தை சொல்லல்லியா?

வீர: சொல்லல்லே. *(தலையசைத்து)*

ஒச்சா: ஏன்? தோணல்லியா, வேண்டாம்னு இருந்தியா!

வீர: அவன் அவன்கிட்டச் சொல்லிருவான்னு.

சொக்கை: ஆக, உனக்கு நாகையன் பேரிலே நம்பிக்கை, இல்லே. (வீரப்பன் மவுனம்) சரி போதும். (ஒச்சாத் தேவர் பக்கம் திரும்பி) நாகையன்தான் அடுத்தபடி.

ஒச்சா: இன்னுமா வரல்லே அவன்?

நாகை: *(எழுந்து)* இதோ வந்திருக்கேன்.

ஒச்சா: *(சொக்கையத்தேவரை பார்த்து)* நீங்க கேளுங்க. ஆமா, மொக்கையனைத் தேடிப்போனது என்னாச்சு. முத்துமாயன் இன்னும் வாரல்லே.

மாயா: வார சமயந்தாங்க, வந்திடுவாரு.

சொக்கை: நாகையா, தீ எரிகிற நேரம், வீரப்பன், மாசாணம் ரெண்டு பேரும் உன் கூடத்தான் இருந்ததாத் தெரியுது. உனக்கு தெரிஞ்சதை சொல்லு.

ஓச்சா: *(சிரித்து)* தெரிஞ்சதை எல்லாம் சொல்லச் சொன்னா சினிமாப் பாட்டு புத்தகம் வாங்கி பாட்டு படிச்சுக்கிட்டு இருந்ததுலே இருந்து ஆரம்பிப்பான் குறுத்துப்பட்டி சினிமா கொட்டகையை குத்தகை எடுத்திருக்காங்க. இவங்க, தெரியுமா? *(சிரிப்பு கூட்டத்தில்)*

சொக்கை: *(சிரித்து)* அதெல்லாம் யாரு கேட்டா? வளக்கு. விசயமாத்தான். சொல்லு தம்பி.

நாகை: வீரப்பனை நான்தான் மேக்கே அளுத்திக் கூட்டிப் போனேன். *(குனிந்து)* அப்பாரு சொன்ன மாதிரி, சினிமா விசயங்களை எல்லாம் வெகுநேரம் பேசிக்கிட்டு இருந்தோம். பிறகு இது சம்பந்தமாக பேசிக்கிட்டோம்.

ஒச்சா: எது சம்பந்தமாடா, இது அதுன்னு!

நாகை: (சமாளித்து) நேத்து காலையிலே நடந்ததைப் பத்தி. மேலுக்கு நெஞ்சுரமாக் காட்டிக்கிட்டான். அவன் அருவா பலத்துலே பேசறான். என் பலம் இதுலேடா என்று மூளையை தொட்டுக் காட்டினான் வீரப்பன். ஆனா உள்ளுக்கு ரொம்ப அருண்டு போயிருந்தான்னு கண்டுக்கிட்டேன். மாசாணம் அந்தா தொலைக்குப் போக மாட்டான்னு சொன்னேன். அவனுக்கு சமாதானப்படல்லே. என் கிட்ட மாசாணம் ஒரு நாளு கடுப்பா சொன்னதையும் உதாரணம் காட்டினேன். அவன் காதுலே ஏறல்லே. மறுபடியும் வேறெ பேச்சு. நான் பாட்டு படிச்சுக்கிட்டு இருந்தேன். அப்போ, இருட்டி நாலு நாளி இருக்கும் மாசாணம் குரலு ரோட்டிலேருந்து கேட்கவும் வரச் சொன்னேன். வீரப்பன் பதறிட்டான். சரக்குனு எந்திரிச்சு அவன் கிட்ட நான் இருந்ததா சத்தியமா சொல்லாதேன்னு சொல்லிட்டு வடக்கிட்டு பின்பக்க வேலியை பாக்க விறுட்டுனு போயிட்டான். அப்புறம் மாசாணம் வரவும் பேசிக்கிட்டு இருந்தோம்.

ஒச்சா: வேண்டிய சமாச்சாரத்தை மட்டும் நறுக்குனு சொல்லு.

நாகை: காலையிலே நடந்ததை விவரம் கேட்டேன் சொன்னான் சிரிச்சுக்கிட்டே. பொண்ணு உனக்கு இல்லேன்ன பொறவு இந்த வம்பெல்லாம் எதுக்கு உனக்கு நாக்கை கட்டுப்படுத்திக்கன்னேன். அவன் படு ஆத்திரமாப் பேசினான் பளசெல்லாம் சொல்லி,

ஒச்சா: (சொக்கையாத்தேவரை பார்த்து) இவனும் பளசெல்லாம் வளவளன்னு சொல்லிக்கிட்டிருப்பான். மாசாணம் வந்ததுக்கும் தீயை இவன் பாத்ததுக்கும் எவ்வளவு நேரம் இருக்கும்னு கேளுங்க.

சொக்கை: ஆமாப்பா, அதைச் சொல்லு.

நாகை: ஒரு நாளியலுக்கு கூடுதலா இருக்கும்.

ஒச்சா: சரி, வீரப்பன் போய், இவன் தீயை பார்த்ததுக்கு

எந்நேரம் இருக்கும்னு கேளுங்க.

சொக்கை: அதான் நீங்க கேட்டுட்டீங்களே நாகையா, சொல்லப்பா.

நாகை: (லேசாக திகைத்து சமாளித்து) அதுவும் இதே நேரம்தான். இவன் வாரவும் தானே அவன் போனான்.

சொக்கை: சரி, பேச்சுக்கு வச்சுக்க. மாசாணம் வந்து ஒரு நாளிக்கு கூடுதலா நீ தீயை பாத்துப்போட்டு ஓடினே. அங்கே இருந்த நிலவரம்?

நாகை: படப்பு. கொட்டம் ரெண்டும் எரிஞ்சுக்கிட்டு இருந்திச்சு.

சொக்கை: எது கூடுதலா?

நாகை: படப்புதான்.

ஒச்சா: ரெண்டுக்கும் சேர்ந்தாப்லேதானே தீ வச்சிருப்பான்.

நாகை: வச்சாலும் படப்பு புசு புசுன்னு நிமிசம் புடிச்சிக்கிருமே.

ஒச்சா: (தன்னைப் பார்த்த சொக்கையா தேவரை பார்த்து). மேலே கேளுங்க.

சொக்கை: ஆடிக்காற்று ராவுலே ஒரு செய் வக்கப்படப்புலெ தீக்குச்சியை கிளிச்சு வச்சா வள்ளிசா எரிய எந்நேரம் ஆகும்.

நாகை: அடியிலே ஒரு இடத்திலே வச்சா அரை நாளி முக்கா நாளி போதும் நாலுபக்கமும் மேலேயும் வச்சா பத்து நிமிசம் கூட சாஸ்தி.

ஒச்சா: தீவச்சு பளக்கப்பட்டவன் கணக்கா துல்லியமா சொல்றானே! (கூட்டத்தின் சிரிப்பு)

சொக்கை: நீங்க சும்மா இருங்க. அவனை கலவரப்படுத்தாதீங்க. ஆமா, புகையும் நெருப்பும் அத்தாசத்திலே தெரிய என்னேரம் ஆகும்.

நாகை: அஞ்சே நிமிசம் போதும். காஞ்ச வக்கலும் காத்தடி காலமுமா இருந்து அடியிலே நாலு பக்கமும் வச்சா.

சொக்கை: நீ போறப்போ ரெண்டும் எரிஞ்சிக்கிட்டு இருந்தது, படப்பு கூடுதலான்னே. படப்பு எவ்வளவு எரிஞ் சிரிக்கும்?

நாகை: அரைப் படப்புக்கு குறையாமே.

ஒச்சா: மேலேருந்தா?

நாகை: அடியிலேருந்து.

சொக்கை: ஒரு பக்கமாகவா?

நாகை: நாலு பக்கமும், சுத்தி வந்தேனே.

சொக்கை: கொட்டம்?

நாகை: தனியா எரிஞ்சுக்கிட்டு.

ஒச்சா: படப்புத் தீக்கங்குக பறந்து போய் விளுந்து தானே.

நாகை: ஹூம், இருக்காது. அதுக்கு தனியா தீ வச்சிருக்கனும்.

ஓச்சா: எதைக் கொண்டு சொல்றே?

நாகை: கொட்டத்து கூரைக மட்டும் எரிஞ்சிக்கிட்டு, மூங்கிலுக வெடிச்சுக்கிட்டு இருந்தா அப்படிச்சொல்லலாம். கடலை, மொளகாய் சாக்குக அடஞ்சு வச்சிருக்கிற அறைக பத்திக்கிட்டு, அடிச் சாக்குலேருந்து எரியுது.

சொக்கை: நீ வந்த பிறகு எவ்வளவு நேரம் ரெண்டும் எரிஞ் சிருக்கும்?

நாகை: படப்பு அஞ்சே நிமிசத்துலே கருகிப் போச்சு. கொட்டத்துக் கூரையும் சாம்பல். கடலை...

ஒச்சா: கேட்டதுக்கு பதில் வல்லியே. முழுக்க எரிய எந்நேரம் ஆச்சு? *(அதட்டலாக)*

நாகை: இன்னும் சுமார் முக்காநாழி இருக்கும்.

சொக்கை: ஆக, உன் வாக்குப்படி, மாசாணம் வந்து ஒரு நாளியலுக்கு மேலுதான் தீ பெரிசா எரியறதை பாத்து ஓடி இருக்கே. அப்போ அரைப் படைப்பு காலி. அடி யிலே இருந்து நாலு பக்கமும் எரியுது. கொட்டகை

கூரைக எரிஞ்சு போச்சு. மூங்கிலுக வெடிக்குது கடலை மொளகாய் சாக்கு எரியுது நீ வந்து அஞ்சு நிமிஷத்திலே படப்பு குளோசு. கூரையும் சாம்பல். பிறகு முக்கா நாழி, ஒரு நாளியலுலே கடலை, மிளகாய் குளோசு. அப்போ மாசாணம் வந்ததுலே இருந்து சுமார் ரெண்டு, ரெண்டேகால் நாளியலுக்குள்ளே இவ்வளவும் நடந்திருக்கு இல்லெ.

நாகை: (யோசித்து) ஆமா.

ஓச்சா: அப்போ, மாசாணம் தீ வச்சுப்போட்டு உன்கிட்ட வந்து பேசிக்கிட்டு இருக்கலாமில்லெ?

நாகை: (திடுக்கிட்டு) என்ன சொல்றீங்க அப்பா!

ஓச்சா: அப்பாரு இருக்கட்டும். கேள்விக்கு பதிலு.

சொக்கை: மாசாணம்தான். தீ வச்சவன்னு நினைக்க இடம் இருக்குன்னு சொல்றோம். (அழுத்தி)

நாகை: (குழம்பி, தயங்கி, நிதானித்து) இல்லெ. இல்லெ. இருக்க முடியாது.

சொக்கை: ஏன், காரணம் காட்டணுமில்லெ.

நாகை: மாசாணம் வந்த நேரத்தையும், பேசிக்கிட்டிருந்த நேரத்தையும், தீயை பாத்த நேரத்தையும் சேத்துப் பாத்தா அம்மாந் நேரத்துக்கு தீ சுணங்கிக்கிட்டு இருக்காது. அதுவும் இந்தக் காத்து அடிக்கிறபோதா! கொட்டம் இல்லாட்டியும், வக்கப் படப்பு தீ அவன் கிணத்து மேட்டுக்கு வாரபோதே எகிறி இருக்கணும்.

ஓச்சா: வீரப்பன் போறப்போவே எரிஞ்சிக்கிட்டு இருக்குது.

சொக்கை: அதுவும் சுப்பாத்தேவர் காட்டுக்குள்ளே படப்புக்குப் பின்னாடி ஒரு நாளியலு நின்னு போட்டு பிறகு அங்கம்மா அம்மா தோட்ட வழியா ரோட்டுக்குப் போக, வாரபோது தீயும் புகையும் தெரிஞ்சதாக, மொக்கையன் வாளித் தண்ணியை கொட்டிக்கிட்டு இருந்ததாகச் சொல்றான் வீரப்பன்.

நாகை: அப்போ, வீரப்பன் போறபோதுதான் தீ லேசா ஏந்திருச்சிருக்கணும்.

சொக்கை: அதாவது மாசாணம் வந்து ஒரு நாளியலு சுமாருக்கு படப்பு எரிய ஆரம்பிச்சிருக்கணும்.

ஒச்சா: நல்லா தெளிவு படுத்திக்கடா. மாசாணம் வந்த பிறகு நீ போய் பாக்கிறதுக்கு முன்னே.

நாகை: நடுவிலேதான் தீ வச்சிருக்காங்க யாரோ.

சொக்கை: அப்பொ வீரப்பன் உன்னை விட்டுப் போய், ஒரு நாளியலு களிச்சு அவன் போறபோது பார்த்ததாச் சொல்றானே

நாகை: அதுக்கு கொஞ்சம் முன்னே, இல்லாட்டி அப்பொத்தான் வச்சிருக்கணும்.

ஒச்சா: அப்போ, மாசாணம் நிச்சயமா இல்லேன்றியா?

நாகை: இல்லெ (தலையாட்டி)

சொக்கை: வீரப்பனா இருக்கலாமா?

நாகை: (திடுக்கிட்டு) என்ன! (இழுத்து) நான் எப்படிச் சொல்ல?

ஒச்சா: மாசாணம் வந்த நேரத்துக்கும் தீ பரவின நேரத்துக்கும் நடுவிலே நேரம் அதிகம் இல்லையா?

நாகை: (தலையசைத்து) ஆமா.

சொக்கை : வீரப்பன் போனதுக்கும், அதாவது உங்க தோட்டத்தை விட்டு இல்லெ – அங்கம்மா அம்மா தோட்டத்துக்குள்ளே போனதுக்கும் தீ எரிய ஆரம்பிச்சு இருக்கிறதுக்கும் நேரம் ஏகதேசம் ஒத்து இருக்குது இல்லையா?

(நாகையன் மவுனம்)

ஒச்சா: இவுக ரெண்டு பேருக்கும் நடுவிலே மொக்கையன் இருந்ததாத் தெரியுது. வீரப்பன் சொல்றதிலே இருந்து அவனாக இருக்கலாமாடா?

(நாகையன் மவுனம்) (மற்றவர்கள் சிரிக்க)

சொக்கை: மொக்கையன் இப்பொத்தான் வேணும். இன்னும் காணமே. தோட்டத்துக்குள்ளே அவன் இருந்தானா? யார் முதக்க வந்தாங்கன்னு கேக்கலாமில்லே.

வீர: *(எழுந்து குறுக்கிட்டு, பதட்டமாக)* அப்பொ நான் சொல்றது ?

ஒச்சா: தம்பி, அவசரப்படாதே. மறுக்கா உன்னை கேட்டா சொல்லிக்க.

சொக்கை: அட, ஒரு பேச்சுக்குத்தானே. மாசாணத்தைப் பத்தி கேக்கல்லே?

பாலு: வீரப்பா, வாயை மூடிக்க நடுவே குறுக்கிடாதே.

வீர: *(அடங்காமல்)* என் சமுசயம் சரியில்லேன்னா, இதுக்கு என்ன சொல்றீங்க? சப்பாணி!

(துணி சுற்றிய தடியை சப்பாணி கொண்டுவந்து கொடுக்கவும் வீரப்பன் பரபரப்புடன் பிரித்து) இந்த தடி யாருதுன்னு பாருங்க *(பஞ்சாயத்தாரிடம் நீட்டி கொடுக்க) (பகுடி, மாசாணம் வெள்ளையத்தேவர், அங்கம்மா அழகு திடுக்கிட்டு திகைக்க)*

(பஞ்சாயத்துக்காரர்கள் தடியை ஆராய்ந்துவிட்டு பகுடியைப் பார்க்க)

சொக்கை: பகுடி அண்ணே, உங்க தடியா இது, பாருங்க.

பகுடி: *(உட்கார்ந்தவாறே)* என்னதுதான். *(அங்கம்மாவை எரிப்பது போல பார்க்கிறான்)*

ஒச்சா: *(வீரப்பனை பார்த்து)* இது எப்படிப்பா உன் கைக்கு வந்திச்சு?

வீர: நேத்து ராவுலே அங்கம்மா அம்மா தோட்டத்துலே.

ஒச்சா: யாராவது உன்கிட்ட கொடுத்தாங்களா, இல்லெ கீழே கிடந்துச்சா.

வீர: கமலைக் கிணத்து குத்துக்கல்லு மேலே சாத்தி இருந்திச்சு.

பகுடி: *(கலவரமாக)* என்ன மாமா இது! *(வெள்ளையத் தேவரைப் பார்த்து)*

வெள்ளை: *(கையமர்த்தி)* பொறு. பொறு. விசயம் எங்கிட்டோ போகுது.

(அங்கம்மா, அழகு தவிக்க)

சொக்கை: அந்த இருட்டிலே எப்படிக் கண்டெடுத்தே?

வீர: திடீர் திடீர்னு தீ குப்புனு அடிச்சுக்கிட்டு இருந்துச்சே.

ஒச்சா: எப்போ கண்டெடுத்தே?

வீர: எல்லாரும் போகவும் மொக்கையனும் நானும் சுத்தி வாரப்போ கண்ணுலே பட்டுது. எடுத்துப் பாத்தேன். பகுடி மாமன் கையிலே பாத்திருக்கேன். மாசாணம் கூட ரெண்டு மூணு தரம் கொண்டாந்திருக்கான்.

சொக்கை: பகுடி அண்ணே, உங்க தடி அங்கே எப்படி வந்திச்சு? நீங்க அங்கிட்டு போகவே இல்லேன்னிங்க.

ஒச்சா: இல்லாட்டி மாசாணம் சொல்லணும் நாகையா! *(அவன் எழுந்திருக்கவும்)* மாசாணம் இந்தத் தடிக் கம்பை கொண்டுட்டு வந்தானா? நம் தோட்டத்துக்குள்ற வாரபோது?

நாகை: கொண்டாரல்லெ.

வீர: தோட்டத்துலே கம்பை மறந்து வச்சுப் போட்டுத்தானே அங்கே வந்திருக்கான்.

சொக்கை: என்ன மாசாணம், அப்படியா?

வெள்ளை: *(எழுந்துகொண்டே)* இனிமேப்பட்டு நான் சும்மா இருந்தா சுகப்படாது.

சொக்கை: உட்கார்ந்தே சொல்லுங்க மாமா.

வெள்ளை: *(வீரப்பனை காட்டி)* இந்தப் பையனை ஒரு கேள்வி கேக்கணும். *(அவன் முன் போய்)* வீரப்பா, மொக்கையனை எங்கே?

வீர: *என்னைக் கேட்டா, அவனை பாக்கவே இல்லையே. விடியத்துலே இருந்து.*

வெள்ளை: *ராவுலே இருந்தே! கேக்கறேன். (அதட்டி)*

வீர: *சத்தியமா எனக்குத் தெரியாது. அவன் கிணத்துமேட்டு மேலே படுக்கப் போயிட்டான். நான் கம்பை எடுத்துக்கிட்டு வந்துட்டேன்.*

வெள்ளை: *அவன் கிணத்துமேட்டு மேலே படுத்துக்கிட்டு இருக்கான். இந்தத் தடி குத்துக்கல்லு மேலே சாத்தி வச்சிருக்கு, இல்லையா?*

வீர: *ஆமா.*

வெள்ளை: *இதை எப்போ கண்டே? அவன் படுக்கு முந்தியா பிந்தியா?*

வீர: *(லேசாகத் தயங்கி) முன்னாடி.*

வெள்ளை: *அவனுக்குத் தெரியாமே ஒளிச்சுவச்சுட்டே – அவன்கிட்ட சொல்லல்லே.*

வீர: *ஆமா.*

வெள்ளை: *என்ன ஆமா. இதை அவன் பக்கத்துலே வச்சு படுத்து தூங்கிக்கிட்டு இருக்கான். நீ இதை எடுத்துக்கிட்டு வந்துட்டே.*

வீர: *ஹூஹூம். (மறுப்பாக)*

வெள்ளை: *மாரியாயி சத்தியமாச் சொல்லு. இதை நீ மொக்கையன் கையிலே பாக்கல்லெ?*

வீர: *இல்லெ. இல்லெ.*

வெள்ளை: *சரி, இதுக்கு மட்டும் பதில் சொல்லு. நீ தீயைப் பாத்தபோது மொக்கையன் மாட்டுத் தொட்டிலே இருந்து தண்ணி கொண்டாந்து தீயை அவிச்சுக்கிட்டு இருந்தானில்லெ.*

வீர: *ஆமா.*

வெள்ளை: *அங்கம்மா, மொக்கையன் சொன்னதை அப்படியேச் சொல்லு.*

அங்க: *(எழுந்து) பூச்சியடி காணிக்கு தண்ணி கட்டிட்டு வாரப்பொ, தீ ரோட்டுக்குத் தெரிஞ்சிச்சு. நான் ஓடினேன் உள்ற, அப்பொ வீரப்பன் மட்டும் இருந்ததாச் சொன்னான்.*

வெள்ளை: *வீரப்பா, என்ன சொல்றே?*

வீர: *பொய்! பொய்! (கத்தி) அந்தப் பய பொய் சொல்லி இருக்கான்.*

வெள்ளை: *(இளப்பச் சிரிப்பு சிரித்து) மொக்கையனாடா பொய் சொல்லி இருப்பான். பஞ்சாயத்துக்காரங்க, கேட்டுக்கிடுங்க. இப்பொத்தான் மொக்கையன் சாக்கி வேணும். அதான் இவனை கேக்கறேன். மொக்கையனை எங்கேன்னு வீரப்பா! மொக்கையன் எங்கே? உனக்குத் தெரியாது? சரி, போகுது, (அவனை விட்டு திரும்பி) ஒச்சா, சொக்கையா, பாலு, உங்க எல்லாருக்கும்தான் சொல்றேன். என்னை அவுக யாரும் சாக்கி சொல்ல கூப்பிடல்லே. நானும் சொல்ல வாரதாக இல்லெ. இப்பொ நானா வலிய சாக்கி சொல்ல வந்திருக்கேன். ஆமா, என் சாக்கிதான் வேணும் இப்பொ. மொக்கையன் இல்லாட்டியும் பரவாயில்லெ.*

சொக்கை: *சொல்லுங்க மாமா உங்களுக்கு தெரிஞ்சதை.*

வெள்ளை: *இந்த தடி நான் மொக்கையன்கிட்ட கொடுத்த தடி. அங்கே எப்படி நான் கொண்டுட்டுப் போனேன்னு கேப்பீங்க. பகுடி போடுசுலே இதை அங்கம்மா வீட்டிலே நேத்து ராவுலே மறந்து வச்சுட்டுப் போயிட்டான். நான் தோட்டத்துக்குப் போக ஆதரவா தடி கேக்கவும் இந்த அறியாப்பய குட்டி (அழகுவை காட்டி) இதை எடுத்துக் கொடுத்திருச்சு. தோட்டத்துலே சுத்தி வாரப்பொ மொக்கையன் செத்தவடம் தடியைக் கொடுங்கன்னு புடுங்கின மாதிரி வாங்கிட்டுப் போயிட்டான். அப்புறம் இருட்டிலே கூட்டத்துலே பார்க்கமுடியல்லெ அவனை. குரலு கொடுத்தேன். பதிலுமில்லெ. சரி. கொண்டுட்டு*

வாரான்னு வந்துட்டேன். திரும்ப அங்கி வீட்டுக்கு வரவும்தான் அது பகுடி தடின்னு தெரிஞ்சிச்சு. *(மறுபடியும் வீரப்பன் பக்கம் திரும்பி முன்சென்று)* வீரப்பா, மொக்கையனை எங்கே. நிசத்தை சொல்லிப் போடு.

பாலு: இப்படி ஒரு மகன் எனக்கு! *(எழுந்து இடுப்பிலிருந்து பிச்சுவாவை உருவி வீரப்பனைக் குத்தப் பாய்கிறார். அதை எதிர்பார்த்த அல்லது பாலுத்தேவரையே கவனித்திருந்த பகுடி எழுந்து பாலுத்தேவர் கையை பிடித்து தடுக்கிறான்)*

வெள்ளை: *(கவனித்துவிட்டு)* பாலு! பிச்சுவாவையா உருவிட்டே?

பாலு: என்னை விடுங்க. எனக்கு இந்த மகன் வேண்டாம். *(திமிறியும் பகுடி கை கைவலுவில் முடியவில்லை) (அமைதியாகிறார்.)*

வெள்ளை: *(கடுப்பாக சிரித்து)* நேத்து ராவுலே அவனும் இதேதான் சொன்னான். யாரு? உன் கையைப் பிடிச் சுக்கிட்டு இருக்கானே அவனேதான். என்ன புத்தி கெட்ட தனமப்பா உங்க ரெண்டு பேருக்கும்.

பாலு: சித்தப்பா! *(குரல் தழதழக்க)* எனக்கு புத்தி கெட்டுத்தான் போச்சு. *(பிச்சுவாவை கீழே நழுவ விடவும் பகுடி எடுத்து அதை வெள்ளையத் தேவரிடம் கொடுக்கப்போக)*

வெள்ளை: பஞ்சாயத்துக்காரங்ககிட்ட கொடுப்பியா? *(பகுடி அவர்களிடம் கொடுக்க)* பாலு! நீ வாக்கைக் காப்பாத்தறவன்னு எவ்வளவு தப்பா நினைச்சிட் டேனப்பா? அவுகளை கட்டுப்படுத்த நீதானே சொன்னே? நீயே ஆயுதத்தை...

பாலு: ஒத்துக்கிடறேன் சித்தப்பா, இருந்தாலும் எனக்கு நம்பிக்கை விழல்லே. கைக்கு காவலா இருக்கட்டும்னு கொண்டாந்தேன். ஆனா அதுக்கு அவசியமே இல்லாமே போயிருச்சு. என் மகனைத்தான் குத்தப் போனேன். *(வீரப்பனை பார்த்து ஆவேசமாக)* டே, எவங்க மேலே நீ பளி சுமத்தப் பாத்தியோ அவுங்க கை தாண்டா

உன் உசிரை காப்பாத்தி இருக்கு. அவரு முறட்டுத்தனம் தாண்டா என்னை அடக்கிரிச்சு இல்லாட்டி மகனை கொன்னதுக்காக தூக்குக்குப் போக வேண்டியவன்டா நான் இந்த வயசுலே. (பஞ்சாயத்துக்காரரை பார்த்து) அவனை நீங்க விசாரிச்சு எதுவும் செய்துக்கிடுங்க. செய்துக்கிடுங்க (தடுமாறி உட்கார)

வெள்ளை: *பாலு! நிதானப்படுத்திக்க. (திரும்பி வீரப்பனைப் பார்த்து) வீரப்பா! (அப்போது முத்துமாயன் மூச்சு இறைக்க வந்து நிற்க)*

வெள்ளை: *என்ன முத்துமாயா?*

முத்து: மொக்கையன் பொணம் அவுங்க தோட்டக் கிணத்துலே முதந்துக்கிட்டு இருந்துச்சு. மேட்டுலே எடுத்துப் போட்டுட்டு ஓடியாந்தேன். *(கூட்டத்தில் பரபரப்பு. அடக்கிய குரலில் பேச்சுகள்)*

வீர: *(திடீரென கத்தி) ஆமா, நான்தான் அவனை கிணத்துக்குள்ளே தள்ளினேன். நான்தான்! (எல்லோருடைய கண்களும் அவன் பக்கம் திடுக்கிட்டுத் திரும்பவும், கையில் பிச்சுவாவை நீட்டிக்கொண்டு) என்கிட்ட யாரும் வராதீங்க. (எல்லோரும் நடுங்கி எட்டி நிற்கிறார்கள்) கிட்ட வராதீங்க என்னைத்தொட. (ஒரு ஓரமாக நகர, மற்றவர்கள் பயந்து விலகி வழிவிட, அருண்டுபோன வெறிக் கண்களுடன்) அவனைக் கொன்னது நான்தான். தீ வச்சதும் நானேதான். என்னைத் தொடாதீங்க, என் பின்னாலேயும் யாரும் வராதீங்க. (வெறிபிடித்தவனாக கத்திக்கொண்டு பின் நகர்ந்து சாவடிக் கட்டிடத்துக்குள் ஓடிவிட)*

சொக்கை: *அடே, ஓடிட்டாண்டா சாவடிக்குள்ளே!*

ஓச்சா: பொய் பிச்சுவாவை பிடுங்குங்கடா, முத்துமாயா!

வெள்ளை: ஏதாவது செய்துக்கிடப் போறாண்டா! மாயாண்டி ஓடு!

(முத்துமாயனும் மாயாண்டியும் முதலில் ஓட பின்னால் பலர் ஓட)

(பகுடியும் போக காலெடுத்து வைப்பதைக் கண்ட வெள்ளையத்தேவர் கையைப் பிடித்து தடுத்து)

வெள்ளை: பகுடி, நீ போகாதே. மாசாணம், நீயும்தாண்டா.

குரல்:1 *(உள்ளே இருந்து)* கதவைச் சாத்திக்கிட்டான் பய!

குரல்:2 தாப்பாப் போட்டுக்கிட்டாண்டா உள்ளே!

குரல்:3 கதவை உடைச்சு நுளைங்கடா. *(கதவை தட்டும் சப்தம்)*

குரல்:4 சன்னல் வளியா தெரியுதா பாரு!

குரல்:5 பிச்சுவா வச்சிருக்கான் சூதானம்!

சொக்கை: *(கத்தி)* அவனை ஒண்ணும் செய்யமாட்டாங்கன்னு வரச் சொல்லுங்கப்பா. *(மேடையை விட்டு இறங்க)*

ஓச்சா: *(கூட இறங்கி)* வாங்க, நாம போய்ச் சொல்லுவோம் *(வெள்ளையத்தேவர், பகுடி, மாசாணம், நாகையன் ஆகியோரை பார்த்து)* நீங்க இருங்க. பாலு அண்ணே வாங்க!

பாலு: *(குனிந்தவாறு)* நீங்க போங்க. *(உறுதியாக) (போகிறார்கள்)*

(மேடையில் நிசப்தம். எல்லாருடைய காதுகளும் கண்களும் சாவடி அறைப்பக்கம் பார்த்து இருக்க) (அங்கம்மாவும் அழகுவும் வெள்ளையத்தேவரை ஒட்டி நிற்க, பாலுத்தேவர் கீழே உட்காரவும் பகுடி பக்கத்தில் போய் நிற்கிறான்.)

ஓச்சா: வீரப்பா, வெளியே வா! பிச்சுவாவை எறிஞ்சிரு!

சொக்கை: உன்னை ஒண்ணும் பண்ணமாட்டோம். கதவைத் திற!

வீர: *(உள்ளே இருந்து கத்தி)* நீங்க என்ன பண்ணக் கிடக்கு?

ஓச்சா: அடே, எதுவும் செய்யமாட்டோம்டா சத்தியமா!

வீர: உங்க கையிலே நான் சிக்குவேன்னு நினைக்கிறீங்க? *(வலிப்புச் சிரிப்பு)*

சொக்கை: அடே, உங்கய்யா உன்னை வரச்சொல்றாரு!

வீர: *எங்கய்யாவா! எங்கய்யா! அவருதான் இந்த மகன் எனக்கு வேணாம்னுட்டாரே! (வலிப்புச் சிரிப்பு) என் பொணம்தான் அவருக்கு கிடைக்கும். இதோ, இதோ ஹா...*

குரல்:1 *ஐயோ! வவுத்துலே!*

குரல்:2 *குத்திக்கிட்டான் பய!*

குரல்:3 *அடப்பாவி!*

குரல்கள்: *வீரப்பா, வீரப்பா!*

குரல்: *அடே, கதவை உடச்சு நுளையுங்க (கதவை பலவந்த மாக திறக்கும் சத்தம்)*

பாலு: *(பகுடியை பார்த்து) பகுடி அண்ணே, உங்க கை என்னைத்தான் தடுத்திரிச்சு. அவன் கையை யாரும் தடுக்க முடியல்லே. எனக்கு பளி வராமே தப்பிச்சு. அவ்வளவுதான் அவனுக்கு ஆயுசு. (குரல் கம்ம)*

வெள்ளை: *பாலு, பய அருண்டுட்டான்.*

பாலு: *சித்தப்பா, சொப்பனத்துலெ கூட இதை நினைக்கல்லே நான். என் மவனா (அழுகை வரும்போன்ற குரலில்) இவரு குடும்ப மானத்தை பாக்கறேன் காலையிலேன்னு ராவுலே எனக்குள்ளே கறுவிக்கிட்டேன். என் குடும்ப மானம்தான் இப்போ. (அழுதுவிட)*

வெள்ளை: *உன் மானம் போகல்லெ பாலு. உசந்திரிச்சு. இல்லையா பகுடி! பாலு, பய பயத்திலே என்னமோ செய்து போட்டான். தப்ப வழி இல்லாமப் போக நிதானம் இளந்துட்டான்.*

(முத்துமாயன் பதட்டமாக வந்து)

மூத்து: *(பாலுத்தேவரிடம்) வீரப்பன் உங்களை பார்க்கணுமாம். ரத்தம் வெள்ளமா வெளியேறிக்கிட்டிருக்கு. வாங்க.*

பாலு: *என்னையா பாக்கணும்கிறான்? என் மகனில்லே அவன்! (அழ)*

வெள்ளை: *பாலு! மனம் விட்டுறாதே. நீ பெத்தது. உன்கிட்ட என்ன சொல்ல துடிக்கிறானோ? சாகப்போற மகன் கிட்டவா கசப்பு! (எழுந்திருக்க கைகொடுத்து) போ. முத்துமாயா, கூட்டிப்போ, (பாலுத்தேவர் முகத்தை மூடிக்கொண்டே கைத் தாங்கலாக போகிறார்)*

(மேடையில் சில விநாடிகள் நிசப்தம். ஒச்சாத் தேவரும் சொக்கையாத்தேவரும் வருகிறார்கள்)

வெள்ளை: *பய எப்படி இருக்கான்?*

சொக்கை: *அப்பன்கிட்ட ரெண்டு வார்த்தை சொல்ல காத்துக் கிட்டிருக்கான். பாலு அண்ணன் உள்ளே போறாரு...*

வெள்ளை: *உங்ககிட்ட எதுவும் சொன்னானா?*

ஒச்சா: *எல்லாம் சொல்லிட்டான். சுப்பாத்தேவர் படைப்புக்கு பின்னாடி நிக்கிறப்போ யோசனை தோணிச்சாம். தீ வச்சுப்போட்டு மாசாணம் தலையிலே போட்டுடலாம்னு துண்டைக் கிளிச்சு பந்து பந்தா சுருட்டி, படப்பு, கொட்டம் எல்லா இடத்திலேயும் வச்சு தீக்குச்சியை பொருத்தினானாம். மொக்கையன் அங்கே இல்லாதது அவனுக்கு எசவாப்போச்சு. மொக்கையன் அப்போ வாரவும் அவன்தான் ஊருக்குள்ற விரட்டினானாம். பிறகு மொக்கையன் கையிலெ இந்த தடியைப் பார்த்து பகுடி அண்ணன் தடின்னு கண்டுக்கிட்டு கேட்டானாம். வெள்ளையன் மாமன் கொண்டாந்ததாக மொக்கையன் சொன்னானாம்.*

வெள்ளை: *சரிதான், மச்சம் கிடச்சுப் போச்சுன்னு சாக்கியை அழிச்சுப்போட்டான். நான் அதை கொண்டாந்ததுக்கு சாக்கி ஏதுன்னு தட்டிரலாமில்லே.*

சொக்கை: இறை கிணத்து மேட்டுமேலே படுக்கலாம்னு இவன்தான் அவனை கூட்டிப்போய் அவன் படுக்கவும் புரட்டித் தள்ளிட்டானாம்.

அங்க: ஐயோ! அவனுக்கு நீச்சே தெரியாதே!

சொக்கை: தண்ணியும் நிறையக் கிடக்குதா. சித்தெநேரம்

பாத்துக்கிட்டு இருந்துட்டு தடியோடே வீட்டுக்கு வந்துட்டானாம்.

அங்க: அடப்பாவி! (கதறி) வாயில்லாச் சீவனுக்கு சமம்னா அவன். ஒரு பாவமும் அறியாத அவனா எங்க விவகாரத்துக்கு பலி! (அழுகிறாள்)

ஒச்சா: மூணே முக்கால் நாழியிலே ஒரு ரிசி உசிருக்கே சனி பகவான் உலை வச்சுட்டதாக கதை சொல்வாங்க. ஒரு ராவுலே என்னெல்லாம் நடந்து போச்சு! அந்த தடிக்கு நீங்க சாக்கி இல்லாட்டி நாங்க என்ன நினச்சிருப்போம் மாமா!

வெள்ளை: போலீசு கேசு எடுத்திருந்தா என் சாக்கி கூட நிக்காதுப்பா. நான் கொண்டாந்ததுக்கு சாக்கி? சோடிச்ச சாட்சின்னு தள்ளி இருப்பாங்க.

சொக்கை: ஆமா, மருமவனுக்கு ஏண்டுக்கிட்டு சொல்றாருன்னு.

வெள்ளை: பகுடி என் சொல்லை கேட்டானோ புளைச்சானோ.

(அவனை பார்க்க) என் சாக்கி பலத்துலே தப்பெல்லெப்பா. இந்தப் பையன் (நாகையனை தொட்டு) சாக்கியாலெதானப்பா, உழண்டுடாமெ எப்படி பதிலு சொன்னான், ஒச்சா, உனக்கேத்த மகன்.

பாலு: (உள்ளே இருந்து அலறிய குரலில்) வீரப்பா, வீரப்பா!

(மேடையில் மவுனம்) (முத்துமாயன் வந்து சமிக்ஞையால் வீரப்பன் இறந்து விட்டதை தெரிவிக்க)

வெள்ளை: ஒச்சா, சொக்கையா, போங்க. பாலுவுக்கு ஆறுதலா ரெண்டு வார்த்தை சொல்லுங்க.

(இருவரும் முத்துமாயனும் நாகையனும் போக)

வெள்ளை: பகுடி, தலைக்கு வந்தது தலைப்பாவோடே போச்சும்பாங்க. நீ அவளை மிரட்டாடி இருந்தா, ஹூம், மாசாணம் நீயும்தான். கொடிக்காலுகிட்ட அருவாவை தொட்டு வாய் விட்டிருக்காட்டி அந்தப் பய இந்தா தொலைக்கு போயிருப்பானா. ஹூம்... உன்னைச்

சொல்லி குத்தமில்லெ. அவன் விதி. (குரல் தழதழக்க) மொக்கையனுக்கு இந்த கதி வந்துச்சே.

அங்க: என் வாயிலே சனி இருந்திருக்கு மாமா! (அலறி)

வெள்ளை: என்ன அங்கி?

அங்க: அவன் செத்தாலும் தோட்டத்துலேதான் சாவான்னு காலையிலே உங்ககிட்ட சொல்லல்லியா மாமா (கதற)

வெள்ளை: உன் வாக்குலே மட்டுமில்லேம்மா. தோட்டத்துலே எங்கேயாவது பொணமா படுத்துக்கிடப்பான்னு நானும் சொன்னேனே.

அங்க: தோட்டத்தோடே அவனும் போயிட்டான்.

வெள்ளை: தோட்டம் நெருப்பிலே போச்சு. அவன் தண்ணிலெ. ரெண்டும் மண்ணுக்குத்தான்.

பகுடி: (சடக்கென) நாங்க வாரோம் மாமா.

வெள்ளை: (வியப்பு முகத்துடன்) வீட்டுக்கா?

பகுடி: ஆமா, பிறகு வீட்டுக்கு வாரேன்.

வெள்ளை: (அங்கம்மா பக்கம் திரும்பி) அங்கம்மா, பகுடி வீட்டுக்கு போறேன்றான்.

பகுடி: (படபடப்பான குரலில்) மாமா, நான் உங்ககிட்டத்தான் சொல்லிக்கிடறேன்.

வெள்ளை: (அது காதில் விழாதது போல) நான் சொன்னது உன் காதுலெ விழல்லே அங்கி?

அழகு: (முன் வந்து) வாங்க மாமா வீட்டுக்குப் போகலாம். அம்மா, மாமனைக் கூப்பிடும்மா,

வெள்ளை: (மகிழ்ச்சி, துக்கம் கலந்த குரலில்) பாத்தியா அங்கி! குட்டி முந்திக்கிட்டா... என்ன பகுடி, காது கேட்டுச்சா உன் மருமவ கூப்பிடுறாடா!

அங்க: அண்ணே. (பேசமுடியாமல் விம்ம)

வெள்ளை: எந்த விவரமறியாத குட்டி இதுக்கெல்லாம்

காரணமோ அதுவே உங்களை சேக்குது பாரு,

பகுடி: *(அங்கம்மாமுன் நடந்து) அங்கி, (பேச தடுமாற)*

மாசா: *(முன் வந்து) அத்தெ, சாவடியிலே நின்னுக்கிட்டா இப்படி, வாங்க போகலாம்.*

வெள்ளை: *பாருடா! அங்கே குட்டி முந்திக்கிட்டா இங்கே பய! பெரியவங்க கோட்டை விட்டுட்டீங்களே (சிரிக்க)*

அங்க: *(கண்களை துடைத்துக்கொண்டு) இப்பொத்தான் சிறிசுக காலமா போயிருச்சே மாமா. அண்ணே, போகலாம்... மாமா!*

வெள்ளை: *நீங்க போங்க. நான் பாலுவுக்கு ஆறுதல் சொல்லிக் கூட்டியாறேன். ஆமா, அண்ணனை கூப்பிட்டியே மருமவனைக் கூப்பிடாட்டி அவன் வருவானா? மாமியா கூப்பிடாட்டி போகாதேடா.*

அங்க: *(விஷமச் சிரிப்பு குரலில்) என்ன மாமா, நான் என் அண்ணனைக் கூப்பிட்டேன். அவனுக்கு சொந்தக் காரி அவனை கூப்பிட்டுக்கிடட்டுமே. (அழகு பொய்க்கோபமாக தாயை தள்ளுகிறாள்.)*

வெள்ளை: *(மேடையில் இருந்த தடியை எடுத்து) பகுடி கைத் தடியை இனிமே இந்த மாதிரி கோட்டை விட்டுராதே.*

பகுடி: *(சிரித்து) மாமா, இந்த வயசுக்கு மேலே நான் சிறுத்தை, காட்டுப்பன்னி வேட்டைக்கா போப்பறேன் ! இந்தக் கை அதை தொடாது. கிளவனுக்கு–*

வெள்ளை: *சரியாச் சொன்னே, (சிரித்து) வார வருசம் தாத்தா ஆயிருவே. வேறே கம்பு தயார்ப் பண்ணிக்கிடலாம் மாசாணம், நீ பத்திரமா வச்சுக்க இந்த தடியை, புத்தியா உபயோகப்படுத்து. (அவன் சிரித்து வாங்கிக்கொள்ள) நான் போறேன்.*

பகுடி: *அங்கி, போகலாம்.*

(பகுடி முன்னும் அங்கம்மா பின்னும் போக)

மாசா: *நீயும் நட. ஆத்தா கூடப் போ, ஏன் நிக்கறே?*

அழகு: *நீங்க ஏன் மாமன் பின்னாடி போகல்லே?*

மாசா: *சொந்தக்காரி கூப்பிடல்லியேன்னு.*

அழகு: *அதுக்குள்ளே சொந்தம் கொண்டாடிட முடியாது.*

மாசா: *பளைய சொந்தம் இருக்குதே.*

அழகு: *அப்போ உங்க அத்தை வீட்டுக்கு நீங்க வாரதுக்கு நான் அளைக்கணுமோ? (மாசாணம் தட்டப் போக)*

அழகு: *(பாசாங்காக விலகி) அதா, அம்மா பார்க்கிறா,*

மாசா: *படிச்ச பொண்ணுல்லெ!*

(திரை)

www.ingramcontent.com/pod-product-compliance
Ingram Content Group UK Ltd.
Pitfield, Milton Keynes, MK11 3LW, UK
UKHW041843200726
13854UKWH00005BA/2036

9 789388 860963